ਅਹਿਸਾਸ

" ਨਾ ਕੋਈ ਰੰਗ ਤੇ ਨਾ ਹੀ ਕਿਸੇ ਸੂਰਤ ਦਾ ਮੁਹਤਾਜ "

ਐਡੀਟਰ/ਲੇਖਕ:

ਕਈ ਯਾਦਗਾਰਾਂ ਤੇ ਸ਼ਖਸ਼ੀਅਤਾਂ ਦਿਲਾਂ 'ਤੇ ਛਾਪ ਛੱਡ ਜਾਂਦੀਆਂ,
ਮੈਂ ਚਾਹੁੰਦੀ ਮੇਰੀ ਰੂਹ ਉਹਨਾਂ 'ਚੋਂ ਇੱਕ ਹੋਵੇ।

— ਨਵਜੋਤ ਕੌਰ ਸਿੱਧੂ

Email: sidhu.jyot@yahoo.com
Instagram: sidhu.jyot
Facebook: sidhu.jyot
Twitter: sidhujyot

ISBN: 978-1-9995626-0-1
Copyright ©2018 Navjot Sidhu

ਮੇਰਾ ਅਸਤਿਤਵ ਉਸ ਧਰਤੀ ਦੀ ਦੇਣ ਹੈ ਜਿੱਥੇ ਲੱਖਾਂ ਦਾ ਲਹੂ ਡੁੱਲਿਆ ਚਾਹੇ ਧਰਮ ਖਾਤਿਰ ਤੇ ਚਾਹੇ ਇਨਸਾਫ ਖਾਤਿਰ। ਦੁਨੀਆਂ 'ਤੇ ਕੁਝ ਐਸੇ ਚਿਹਰੇ ਵੀ ਆਏ ਜੋ ਅੱਜ ਵੀ ਉਸ ਧਰਤੀ ਦੀ ਦਿੱਤੀ ਦੇਣ ਨੂੰ ਕਦੇ ਨਹੀਂ ਭੁਲਾ ਸਕਦੇ। ਮਨੋਂ ਵਿਸਾਰਨਾ ਇੱਕ ਬਹੁਤ ਹੀ ਸਰਲ ਤੇ ਛੋਟੀ ਸੋਚ ਦਾ ਨਤੀਜਾ ਹੈ।

ਨਾ ਜਾਣੇ! ਮੈਂ ਐਸੇ ਕਿਹੜੇ ਕਰਮ ਕੀਤੇ ਸਨ ਜੋ ਵਾਹਿਗੁਰੂ ਨੇ ਮੈਨੂੰ ਇੰਨੀ ਸੋਹਣੀ ਜ਼ਿੰਦਗੀ 'ਚ, ਮੇਰੀ ਧਰਤੀ ਤੇ ਮੇਰੇ ਲੋਕਾਂ ਦੇ ਹਿਤ 'ਚ ਲਿਖਣ ਲਈ ਇੰਨੀ ਸੋਹਣੀ ਕਲਮ ਬਖਸ਼ੀ ਹੈ।

ਇਸ ਕਲਮ ਦੀ ਸਿਹਾਈ ਭਾਵੇਂ ਅੱਜ ਵਿਦੇਸ਼ੀ ਮੁਲਕ ਦੀ ਉਧਾਰੀ ਹੈ ਪਰ ਇਸਦੇ ਲਿਖੇ ਅੱਖਰ ਅੱਜ ਵੀ ਉਸ ਦੇਸ਼ ਦੀ ਮਹਾਨਤਾ, ਉਸ ਧਰਤੀ ਦੇ ਗੁਣ ਤੇ ਮੇਰੀ ਜਨਮਭੂਮੀ ਦੀ ਸੁੰਦਰਤਾ ਬਿਆਨ ਕਰਦੇ ਹਨ, ਜਿਸਨੂੰ ਆਪਾਂ ਸਾਰੇ 'ਪੰਜਾਬ' ਆਖਦੇ ਹਾਂ।

— ਨਵਜੋਤ ਕੌਰ ਸਿੱਧੂ

ਦੁਨੀਆਂ ਭਾਵੇਂ ਲੱਖ ਔਰਤ ਨੂੰ ਮਾੜਾ ਕਹੇ ਪਰ ਦੁਨੀਆਂ ਦੀ ਸਿਰਜਨਾ ਦਾ ਸਿਹਰਾ ਇੱਕ ਔਰਤ ਦੇ ਸਿਰ 'ਤੇ ਹੀ ਸਜਣਾ ਤੇ ਹਮੇਸ਼ਾ ਸੱਜਦਾ ਰਹੇਗਾ। ਲੱਖ ਵਿਗਿਆਨੀ ਯੁੱਗ ਜਾਂ ਔਰਤ ਨੂੰ ਨੀਵਾਂ ਦਿਖਾਉਣ ਵਾਲੇ ਪ੍ਰਤੀਚਿੰਨ ਆ ਜਾਣ, ਪਰ ਜਿਸਨੇ ਰਾਜੇ-ਮਹਾਂਰਾਜਿਆਂ ਨੂੰ ਜਨਮ ਦਿੱਤਾ, ਉਸ ਦੀ ਪਹਿਚਾਣ 'ਤੇ ਪ੍ਰਸ਼ਨ-ਚਿੰਨ੍ਹ ਦਾ ਤਾਂ ਕੋਈ ਮਤਲਬ ਹੀ ਨਹੀਂ। ਇਸ ਸੰਸਾਰ ਦੀ ਸਿਰਜਨਾ ਭਾਵੇਂ ਰੱਬ ਨੇ ਕੀਤੀ ਪਰ ਮਨੁੱਖਤਾ ਨੂੰ ਜਨਮ ਦੇਣ ਵਾਲੀ ਇੱਕ ਔਰਤ ਹੀ ਹੈ। ਇੱਕ ਔਰਤ ਦੇ ਸਹਾਰੇ ਖੜ੍ਹਾ ਇਹ ਸਮਾਜ ਅੱਜ ਔਰਤ ਨੂੰ ਭਾਵੇਂ ਬਰਾਬਰ ਦਾ ਦਰਜਾ ਦੇਣ ਦਾ ਦਾਅਵਾ ਕਰਦਾ ਹੈ ਪਰ ਇਸ ਗੱਲ ਦੀ ਪ੍ਰਸ਼ਟੀ ਅੱਜ ਤੱਕ ਨਹੀਂ ਹੋਈ ਕਿ ਨੀਵਾਂ ਦਿਖਾਉਣ ਵਾਲਾ ਮਨੁੱਖ ਜਿਸਨੇ ਖੁਦ ਇੱਕ ਔਰਤ ਦੀ ਕੁੱਖੋਂ ਜਨਮ ਲਿਆ ਹੈ, ਉਹ ਆਪਣੀ ਹੀ ਪਹਿਚਾਣ 'ਤੇ ਪ੍ਰਸ਼ਨ-ਚਿੰਨ੍ਹ ਕਿਵੇਂ ਲਗਾ ਸਕਦਾ ਹੈ? ਮਨੁੱਖ ਨੂੰ ਜਨਮ ਦੇਣ ਵਾਲੀ ਇੱਕ ਔਰਤ ਹੀ ਹੈ ਤੇ ਮਨੁੱਖਤਾ ਨੂੰ ਪਾਲਣ ਵਾਲੀ ਇੱਕ ਮਾਂ।

"ਤੇਰੀ ਮਿਹਨਤ ਦਾ ਮਾਂ, ਮੁੱਲ ਮੋੜਨਾ ਔਖਾ ਹੈ
ਤੇਰੇ ਕੀਤੇ ਹਰ ਅਹਿਸਾਨ ਦਾ, ਅਹਿਸਾਨ ਚੁਕਾਉਣਾ ਔਖਾ ਹੈ
ਭਾਵੇਂ ਸਾਰੀ ਦੁਨੀਆਂ, ਲੱਖ ਮੇਰੇ ਵੱਲ ਦੀ ਹੋ ਜਾਵੇ
ਪਰ ਤੇਰੇ ਬਾਝੋਂ ਮਾਂ, ਇਹ ਸੰਸਾਰ ਜਿਉਣਾ ਔਖਾ ਹੈ"

ਮੇਰੀ ਅਵਾਜ਼ ਭਾਵੇਂ ਦੁਨੀਆਂ ਦੇ ਹਰ ਕੋਨੇ ਵਿੱਚ ਨਾ ਪਹੁੰਚੇ ਪਰ ਮੇਰੇ ਲਿਖੇ ਅਲਫਾਜ਼ ਹਰ ਇੱਕ ਪੜ੍ਹਨ ਵਾਲੇ ਦੇ ਅਹਿਸਾਸਾਂ ਨੂੰ ਜ਼ਰੂਰ ਜਗਾਉਣਗੇ।

ਨਾ ਜਾਣੇ ਓਹ ਕਿਹੜੀ ਦੁਨੀਆਂ
ਜਿਸਦਾ ਅਹਿਸਾਸ
ਮੇਰੇ ਅੱਖਰਾਂ ਵਿੱਚ ਬਣ ਆਉਂਦਾ
ਜਿਸਦੀ ਕਲਪਨਾ ਮੇਰੀ ਇਸ ਦੁਨੀਆਂ ਤੋਂ ਬਾਹਰ ਦੀ ਹੈ
ਜਿੱਥੇ ਪਿਆਰ ਤੇ ਮੁਹੱਬਤ ਦੇ ਦੀਵੇ
ਬਗੈਰ ਕਿਸੇ ਈਰਖਾ ਦੇ ਤੇਲ ਤੋਂ ਬਲ ਰਹੇ ਨੇ।

— ਨਵਜੋਤ ਕੌਰ ਸਿੱਧੂ

ਤਤਕਰਾ

ਰੂਹਾਨੀਅਤ

ਇਨਸਾਨੀਅਤ

ਵਾਹਿਗੁਰੂ!
ਇੱਥੇ ਤੇਰਾ ਜਾਪ ਕਈ ਮਜ਼ਹਬ
ਵੱਖੋ-ਵੱਖਰੇ ਤਰੀਕੇ ਨਾਲ ਕਰਦੇ ਹਨ,
ਕਈ ਮਨ ਦੀ ਸ਼ਾਂਤੀ ਲਈ
ਤੇ ਕਈ ਤਨ ਦੀ ਅਮੀਰੀ ਲਈ,
ਕਈ ਲੋਕ-ਦਿਖਾਵੇ ਲਈ
ਤੇ ਕਈ ਮਨ ਸਮਝਾਵਣ ਲਈ,
ਕਈਆਂ ਦੀ ਸ਼ਰਧਾ ਸਿਰਫ ਤੇਰੇ ਨਾਮ ਲਈ
ਤੇ ਕਈਆਂ ਦੀ ਕੱਲੇ ਲੋੜਵੰਦਾਂ ਲਈ।
ਇਹ ਦੁਨੀਆਂ ਸੁਖੀ ਹੋਕੇ ਵੀ ਪੀੜਤ ਹੈ
ਕਿਉਂਕਿ ਇਸਦਾ ਵਿਕਾਸ ਅਮੀਰੀ ਹੈ
ਇਸਦੀ ਪਿਆਸ ਪੈਸਾ ਹੈ
ਤੇ ਇਸਦੀ ਇੱਛਾ ਲੋਕ ਦਿਖਾਵਾ ਹੈ।
ਹਰ ਕੋਈ ਆਪਣੇ ਧਰਮ ਲਈ ਲੜੂ ਰਿਹਾ
ਨਾ ਕਿ ਇਨਸਾਨੀਅਤ ਲਈ
ਤੇ ਜਿੱਥੇ!
ਇਨਸਾਨੀਅਤ ਹੀ ਹਾਰ ਗਈ,
ਉਸ ਦੁਨੀਆਂ ਦੀ ਉੱਨਤੀ
ਕੋਈ ਧਰਮ ਦੀ ਕੱਟੜਤਾ ਨਹੀਂ ਕਰ ਸਕਦੀ।

ਅੰਤ

ਇੱਕ ਦਿਨ ਸਰੀਰ ਨੇ ਮੁੱਕ ਜਾਣਾ
ਵਸਿਆ ਵਸਾਇਆ ਘਰ ਹੈ ਟੁੱਟ ਜਾਣਾ
ਸਭ ਰਿਸ਼ਤੇ-ਨਾਤੇ ਇੱਥੇ ਹੀ ਹਨ ਰਹਿ ਜਾਣੇ
ਇਹ ਕਮਾਏ ਸਿੱਕੇ ਕੌਡੀ ਮੁੱਲ ਹੀ ਪੈ ਜਾਣੇ।

ਇਹ ਰੰਗਲਾ ਤਮਾਸ਼ਾ ਸਭ ਹੈ ਪਿੱਛੇ ਰਹਿ ਜਾਣਾ
ਇਸ ਜਹਾਨੋਂ ਤੇਰੀ ਸੱਚੀ ਰੂਹ ਨੇ ਤੁਰ ਜਾਣਾ
ਤੇਰੀ ਸੋਚ ਦੇ ਤੇਬੋਂ ਬਾਅਦ ਨੇ ਗੁਣਗੁਣ ਹੋਣੇ
ਮੇਰੀ ਮੈਂ ਤੇ ਤੇਰੀ ਅਕਲ ਨੇ ਇੱਥੇ ਹੀ ਹੈ ਰਹਿ ਜਾਣਾ।

ਕੁਝ ਸੱਚੀਆਂ ਗੱਲਾਂ ਕਹੀਆਂ ਤੇਰੀ ਜ਼ੁਬਾਨ ਦੀਆਂ
ਛੱਡ ਛਾਪ ਦਿਲਾਂ 'ਤੇ ਸਾਲਾਂ ਬੱਧੀ ਰਹਿ ਜਾਣੀਆਂ
ਇਹ ਸੋਹਣੇ ਮੁਖੜੇ, ਚੰਗੀਆਂ ਸ਼ਕਲਾਂ ਜੱਗ ਦੀਆਂ
ਧੁੰਦਲੀਆਂ ਤਸਵੀਰਾਂ ਬਣਕੇ ਦੁਨੀਆਂ 'ਤੇ ਹਨ ਰਹਿ ਜਾਣੀਆਂ।

ਇਹ ਮਾੜੀਆਂ ਦੇਹਾਂ ਦੇ ਕੀਤੇ ਹੋਏ ਕੁਕਰਮ ਜੇਹੇ
ਸਦੀਆਂ ਤੀਕ ਦੁਨੀਆਂ ਨੂੰ ਚੇਤੇ ਹਨ ਰਹਿ ਜਾਂਦੇ
ਨਾ ਕਰ ਮਾਣ ਤੂੰ ਆਪਣੇ ਹੀ ਰੰਗ-ਰੂਪ ਦਾ
ਆਖਿਰ ਸਭ ਸਰੀਰ
ਮਿੱਟੀ ਹੋਕੇ ਪਾਣੀ ਦੇ ਵਿੱਚ ਬਹਿ ਜਾਂਦੇ।

ਫਕੀਰ

ਨਾਨਕ ਦੇ ਦੁਆਰ
ਫਕੀਰ ਇੱਕ ਬੋਲਦਾ
ਅਖੇ ਦੱਸ ਮੈਨੂੰ ਬਾਬਾ
ਤੂੰ ਇੰਨਾ ਕਿਉਂ ਰੋਲਤਾ?
ਆਖੇ ਮੈਨੂੰ ਦੁਨੀਆਂ
ਮੈਂ ਝੱਲਾ ਜਿਹਾ ਜਾਪਦਾ
ਰੂਪ ਨਾ ਕੋਈ ਝਲਕੇ
ਨਾ ਮੋਹ ਹੈ ਮੈਨੂੰ ਆਪਦਾ
ਮੇਲੇ ਵਿੱਚ ਆਇਆ
ਮੈਂ ਮੁਸਾਫਿਰ ਓਸ ਰੱਬ ਦਾ
ਕਿਉਂ ਬਣ ਨਾ ਮੈਂ ਸਕਿਆ
ਰਾਹੀ ਇਸ ਜੱਗ ਦਾ
ਝਮੇਲੇ ਵਿੱਚ ਪਈ ਮੈਨੂੰ
ਦੁਨੀਆਂ ਇਹ ਜਾਪਦੀ
ਮੰਜ਼ਿਲ ਨੂੰ ਹੀ ਭੁੱਲ
ਲੱਗੇ ਖੁਦ ਨੂੰ ਹੀ ਭਾਲਦੀ
ਦੁਨਿਆਵੀ ਸਭ ਚੀਜ਼ਾਂ
ਜੀਹਦਾ ਲੋਭ ਮੈਨੂੰ ਕੋਈ ਨਾ
ਮੋਹ-ਮਾਇਆ ਨੂੰ ਵੀ ਛੱਡ
ਮੇਰੀ ਦੁਨੀਆਂ ਵੀ ਹੋਵੇ ਨਾ।

ਜਵਾਨੀ ਤੋਂ ਬੁਢਾਪਾ

ਕਰਮ ਕੀਤੇ ਹੋਏ ਤੇਰੇ ਉਸ ਜਵਾਨੀ ਦੇ
ਜਦ ਬਾਦਸ਼ਾਹ ਸੀ ਖ਼ੁਦ ਨੂੰ ਤੂੰ ਅਖਵਾਉਂਦਾ ਰਿਹਾ
ਚੇਤੇ ਨਹੀਂ ਸੀ ਰੱਬ ਭਰੀ ਜਵਾਨੀ 'ਚ
ਓਦੋਂ ਚੰਗਾ ਮਾੜਾ, ਸਭ ਸੀ ਤੂੰ ਹਾਂ ਢਾਉਂਦਾ ਰਿਹਾ।

ਮਾਪਿਆਂ ਦੇ ਵੀ ਨੇੜੇ ਲੱਗਣੋਂ ਡਰਦਾ ਸੀ
ਖੁਦ ਦੀ ਹਕੂਮਤ ਖੁਦ 'ਤੇ ਸੀ ਅਪਣਾਉਂਦਾ ਰਿਹਾ
ਬੰਦਿਆ ਤੇਰੇ ਦਿਨ ਸੀ ਬੜੇ ਨਿਆਰੇ ਉਹ
ਜੋ ਚਾਹਿਆ ਤੂੰ, ਸਭ ਸੀ ਓਦੋਂ ਪਾਉਂਦਾ ਰਿਹਾ।

ਮੌਤ ਦਾ ਛੱਡ ਸੀ ਡਰ, ਤੂੰ ਮਾਣੀ ਪੂਰੀ ਜਵਾਨੀ ਸੀ
ਬੁੱਢੇ ਠੇਰੇ ਗੋਡਿਆਂ ਦਾ, ਮਖੌਲ ਸੀ ਤੂੰ ਹਾਂ ਉਡਾਉਂਦਾ ਰਿਹਾ
ਇੱਕ ਸ਼ੌਹਰਤ, ਅਮੀਰੀ ਦਾ ਫੜਕੇ ਚੱਕਰ
ਰੱਬ-ਰੱਬ ਸੀ ਖੁਦ ਨੂੰ ਤੂੰ ਹਾਂ ਗਾਉਂਦਾ ਰਿਹਾ।

ਮੁੜ ਚੇਤੇ ਆਉਣੇ ਕਰਮ ਤੇਰੇ ਜਵਾਨੀ ਦੇ
ਜਦ ਤੇਰਾ ਬੁਢਾਪਾ ਤੈਨੂੰ ਹੀ ਰਵਾਉਂਦਾ ਗਿਆ
ਸਭ ਚੇਤੇ ਆਉ ਖੱਟਿਆ ਇਸ ਜੋ ਜ਼ਿੰਦਗੀ 'ਚ
ਜਦ ਨਰਕ-ਸਵੱਰਗ ਤੂੰ ਅੱਖਾਂ ਰਾਹੀਂ ਹੰਢਾਉਂਦਾ ਗਿਆ।

ਮੁਲਾਕਾਤ

ਸੁੰਨੇ-ਸੁੰਨੇ ਰਾਹਾਂ 'ਤੇ
ਇੱਕ ਰਾਹੀ ਤੁਰਿਆ ਜਾਂਦਾ ਸੀ
ਮੜਕ ਉਹਦੀ ਮੈਨੂੰ ਇੰਝ ਲੱਗੇ
ਜਿਵੇਂ ਰੱਬ ਹੀ ਲੰਘਿਆ ਜਾਂਦਾ ਸੀ
ਉਹਦੀ ਤੋਰ ਦੀ ਮੈਨੂੰ ਝਲਕ ਪਵੇ
ਸੀਰਤ ਵੀ ਕੁਝ ਜਾਪਦੀ ਲੱਗੇ
ਇੰਝ ਲੱਗੇ ਉਹਨੂੰ ਮਿਲ ਹੀ ਲਉਂ
ਸ਼ਾਇਦ ਉਹਦੇ ਤੋਂ ਪੁੱਛ ਹੀ ਲਉਂ
ਕਿਉਂ ਆਉਨਾ ਏ ਮੇਰੇ ਖੁਆਬਾਂ 'ਚ
ਕਦੇ ਦਿਨ ਤੇ ਕਦੇ ਰਾਤਾਂ 'ਚ
ਨਾ ਇੱਧਰ-ਉਧਰ ਦੇਖੇ ਉਹ
ਇੰਝ ਲੱਗੇ ਕੋਈ ਫਰਿਸ਼ਤਾ ਉਹ
ਅਵਾਜ਼ ਵੀ ਮੈਂ ਉਹਨੂੰ ਉੱਚੀ ਦਿੱਤੀ
ਉਹਨੇ ਇੱਕ ਨਾ ਸੁਣੀ
ਫੇਰ ਮੈਨੂੰ ਲੱਗੇ ਭੇਤੀ
ਮੈਂ ਤੇਜ਼ੀ ਫੜਲੀ ਉਹਤੋਂ ਅੱਗੇ
ਨਾ ਦੇਖੇ ਮੈਨੂੰ ਨਾ ਉਹ ਭੱਜੇ
ਮੈਂ ਕੋਲੇ ਜਾਕੇ ਹੱਥ ਸੀ ਮਾਰਿਆ
ਮੇਰੀ ਅੱਖ ਸੀ ਖੁੱਲ੍ਹਗੀ
ਸੋਚਾਂ ਤੈਨੂੰ ਕਿੱਥੇ ਹੈ ਭਾਲਿਆ?
ਮੇਰਾ ਸੁਪਨਾ ਟੁੱਟ ਗਿਆ
ਇੱਕ ਕੱਚ ਦੇ ਵਾਂਗਰ
ਪਰ ਤੂੰ ਕਿਤੇ ਨਾ ਮਿਲਿਆ
ਕਿਉਂਕਿ ਵਾਹਿਗੁਰੂ
ਤੂੰ ਹੈ ਮੇਰੇ ਅੰਦਰ।

ਸਿਵੇ

ਆਖਰੀ ਸਾਹ ਕੀ ਨਿਕਲੇ
ਕਿ ਦੁਨੀਆਂ ਹੀ ਬਦਲ ਗਈ
ਮੇਰੀ ਨਹੀਂ
ਮੇਰੇ ਨਾਮ ਦੀ
ਜੋ ਚੰਗਾ ਚੰਗਾ ਸੁਣਨ ਲੱਗੀ ਸੀ
ਤੁਰੰਤ ਮੇਰੇ ਸੁਵਾਸ ਨਿਕਲਣ ਤੋਂ।

ਲੱਗਿਆ ਨਹੀਂ ਸੀ
ਕਿ ਕੋਈ ਰੋਵੇਗਾ
ਪਰ ਹੰਝੂਆਂ ਦੀ ਝੜੀ ਹੀ ਲੱਗ ਗਈ।
ਸਭ ਸਿਫਤਾਂ ਸੀ
ਨੁਕਸ ਕੋਈ ਵੀ ਨਹੀਂ,
ਇੰਝ ਲੱਗਦਾ ਸੀ
ਜਿੱਦਾਂ ਮੈਂ ਕੋਈ ਗਲਤੀ ਹੀ ਨਾ ਕੀਤੀ ਹੋਵੇ।
ਬੜੇ ਰਿਵਾਜ਼ ਹੋਏ
ਇੰਨੇ ਮੇਰੇ ਆਉਣ 'ਤੇ ਨਹੀਂ
ਜਿੰਨੇ ਮੇਰੇ ਜਾਣ 'ਤੇ
ਕਿਉਂਕਿ ਜਾਨਣ ਵਾਲੇ
ਮਰਨ ਵੇਲੇ ਜ਼ਿਆਦਾ ਸੀ।

ਸਭ ਦੀ ਜ਼ੁਬਾਨ 'ਤੇ ਮੇਰਾ ਹੀ ਨਾਮ ਸੀ
ਕੁਝ ਕੁ ਸਮਾਂ ਯਾਦ ਕਰਦੇ ਗਏ,
ਤੇ ਕੁਝ ਬਿਤਾਏ ਪਲ।
ਪਰ ਸੀ ਸਭ ਦੁਖੀ
ਕਈ ਉਪਰੋਂ
ਤੇ ਕਈ ਅੰਦਰੋਂ
ਪਰ ਬਨਾਵਟ ਸਭ ਦੀ ਇੱਕ ਜਿਹੀ ਸੀ
ਰੋਂਦੇ ਸਭ ਸੀ
ਚਾਹੇ ਕਰੀਬੀ
ਤੇ ਚਾਹੇ ਦੂਰ ਦੇ।
ਤੇ ਹਟੇ ਓਦੋਂ ਤੱਕ ਨਹੀਂ
ਜਦੋਂ ਤੱਕ
ਚੰਦਰੇ ਸਿਵੇ ਨਾ ਆ ਗਏ ਹੋਣ।

ਕੀ ਲੱਭਦਾ ਫਿਰੇ ਬੰਦਿਆ ਤੂੰ?

ਇਸ ਜੱਗ 'ਤੇ ਹੁਸਨ?
ਜਾਂ ਰਿਸ਼ਤਿਆਂ ਦੀ ਉਹ ਕਾਹਲ
ਜੀਣ ਦੀ ਇੱਕ ਆਸ?
ਜਾਂ ਜਿਉਣ ਦੀ ਉਹ ਕਿਰਣ
ਢਿੱਡ ਭਰਨ ਲਈ ਭੋਜਨ?
ਜਾਂ ਸੌਣ ਲਈ ਉਹ ਨੀਂਦ
ਪੈਸੇ ਦੀ ਇੱਕ ਭੁੱਖ?
ਜਾਂ ਪੂਰੇ ਦਿਨ ਦਾ ਉਹ ਗੁਜ਼ਾਰਾ
ਜੀਵਨ ਦਾ ਇੱਕ ਅੰਤ?
ਜਾਂ ਤੇਰੇ ਰੋਜ਼ ਦਾ ਉਹ ਹੰਕਾਰ
ਖੁਦ ਖਰੀਦੀ ਹੋਈ ਮੈਂ?
ਜਾਂ ਅਮੀਰੀ ਦਾ ਉਹ ਸ਼ਿੰਗਾਰ
ਕਿਸ ਗੱਲ ਲਈ ਇੰਨ੍ਹਾਂ ਹੰਕਾਰ?
ਕੀ ਮਿਲਣਾ ਤੈਨੂੰ?
ਕੀ ਖੱਟਣਾ ਤੂੰ
ਅੰਤ ਤੇਰਾ ਨਿਸ਼ਚਿਤ ਹੈ!
ਇੱਕ ਦਿਨ ਮਰ ਜਾਣਾ
ਕਰਮ ਤੇਰੇ ਸਭ ਮਿੱਟ ਜਾਣੇ
ਔਗੁਣ ਤੇਰੇ ਭੁੱਲ ਜਾਣੇ!
ਇੱਕ ਝੂਠਾ ਨਾਮ ਜੱਗ 'ਤੇ ਰਹਿ ਜਾਣਾ
ਤੇਰੀ ਰੂਹ ਦੁਨੀਆਂ ਤੋਂ ਚਲੀ ਜਾਣੀ
ਮਿੱਟੀ ਦਾ ਮਿੱਟੀ ਹੋ ਜਾਣਾ
ਕਦੇ ਕੋਈ ਹੁੰਦਾ ਸੀ
ਇਹ ਸੁਨਣ ਨੂੰ
ਤੇਰੀ ਅਗਲੀ ਪੀੜ੍ਹੀ ਰਹਿ ਜਾਣਾ।

ਜਾਤ-ਪਾਤ

ਉਸ ਰੱਬ ਦੇ ਹੀ ਤਾਂ ਬੰਦੇ ਆਂ
ਕਿਉਂ ਜਾਤ-ਪਾਤ ਵਿੱਚ ਵੰਡੇ ਆਂ
ਕੀ ਬਣਨਾ ਇਸ ਬਟਵਾਰੇ ਤੋਂ?
ਕਿਸੇ ਛੋਟੇ ਜਾਂ ਕਿਸੇ ਵੱਡੇ ਤੋਂ
ਕੀ ਨਿੰਦਿਆ ਕਰਨ ਨਾਲ ਮਿਲ ਜਾਣਾ?
ਕਿਉਂ ਨਫਰਤ ਹੈ ਆਪਣਾ ਇੱਕ ਗਹਿਣਾ?
ਕਿਉਂ ਨੀਚ-ਉੱਚ ਦਿਖਾਉਂਦੇ ਆਂ
ਉਸ ਰੱਬ ਕੋਲ ਮਾੜੇ ਪੈਂਦੇ ਆਂ
ਜੀਹਨੇ ਜਾਤ-ਪਾਤ ਨਾ ਬਣਾਈ ਕੋਈ
ਉਸਦੀ ਬਖਸ਼ੀਸ਼ ਨੂੰ ਨਾ ਜਾਣੇ ਕੋਈ
ਕਿਉਂ ਦੁਨਿਆਵੀ ਝਮੇਲੇ ਵਿੱਚ ਵੜਦੇ ਆਂ
ਵਾਹਿਗੁਰੂ ਕਹਿਣ ਤੋਂ ਕਿਉਂ ਡਰਦੇ ਆਂ
ਮੌਤ ਆਉਣਾ ਇੱਕ ਸੱਚਾਈ ਐ
ਨਾ ਪੈਸਾ ਹੀ ਇਹਦੀ ਸਾਈ ਐ
ਨਾ ਜਾਤ-ਪਾਤ ਇਹਦੀ ਰਿਸ਼ਵਤ ਹੈ
ਧਰਮਰਾਜ ਕੋਲ ਸਭ ਦੀ ਹਸਰਤ ਹੈ
ਸਵੱਰਗ ਮਿਲਦਾ ਹੈ ਕਿਸੇ ਕਰਮਾਂ ਨਾਲ
ਨਾ ਅਮੀਰੀ ਤੇ ਨਾ ਜਾਤ ਨਾਲ।

ਦੁਨੀਆਂ?

ਬੜੀ ਅਜੀਬ ਹੈ!
ਇੱਥੋਂ ਦੇ ਇਨਸਾਨ?
ਜਿੰਨਾ ਦੀ ਤਰਸਯੋਗ ਹਾਲਤ,
ਭਟਕਣਾ ਵਿੱਚ ਨੇ!

ਘਰੇਲੂ ਕਲੇਸ਼
ਤੇ ਕਿਸੇ ਦੇ ਮਾਇਆ ਦਾ ਕਲੇਸ਼!
ਕਿਸੇ ਦੇ ਜ਼ਮੀਨ ਦਾ ਯੱਭ
ਤੇ ਕਿਸੇ ਦੇ ਇੱਜ਼ਤ ਦੀ ਕਹਾਣੀ।

ਕਿਸੇ ਲਈ ਦਿਖਾਵੇ ਦਾ ਜ਼ੋਰ
ਤੇ ਕਿਸੇ ਲਈ ਲੋਕਾਂ ਦੇ ਮਨਪਰਚਾਵੇ ਦਾ,
ਕੋਈ ਖੁਦ ਨਾਲ ਲੜ ਰਿਹਾ
ਤੇ ਕਿਤੇ ਕੋਈ ਖੁਦ ਲਈ ਲੜ ਰਿਹਾ,
ਕੋਈ ਆਪਣੇ ਆਪ ਨੂੰ ਲੱਭ ਰਿਹਾ
ਤੇ ਕਿਤੇ ਕੋਈ ਰਹਿਣ ਵਸੇਰੇ ਲਈ ਕਿਸੇ ਨੂੰ!

ਭੁੱਲ ਚੁੱਕਾ ਹੈ ਇਨਸਾਨ,
ਆਤਮਾ ਤੇ ਪਰਮਾਤਮਾ ਦੇ ਮੇਲ ਨੂੰ,
ਉਸਨੂੰ ਪਤਾ ਹੀ ਨਹੀਂ
ਦੁਨੀਆਂ ਚਾਰ ਦਿਨਾਂ ਦਾ ਮੇਲਾ ਹੈ।

ਇਨਸਾਨੀਅਤ ਭੁੱਲ,
ਸੱਚ ਭੁੱਲ,
ਰੱਬ ਭੁੱਲ,
ਕੱਲੀ ਮੋਹ-ਮਾਇਆ ਚੱਕੀ ਫਿਰਦਾ ਇਨਸਾਨ
ਜਿਉਣਾ ਚਾਹੁੰਦਾ ਹੈ।
ਪਰ ਜਿਉਂਦਾ ਵੀ ਕਿੱਥੇ ਹੈ?
ਦਿਨ ਕਟੀ ਕਰਦਾ ਹੈ!
ਅੱਜ ਜਾਂ ਕੱਲ,
ਹੁਣ ਜਾਂ ਭਲਕੇ
ਬਸ ਇਹੀ ਚੱਕਰ ਖੈੜਾ ਨਹੀਂ ਛੱਡ ਰਹੇ।

ਨਾ ਆਪ ਜਿਉਂਦਾ
ਤੇ ਨਾ ਕਿਸੇ ਲਈ।
ਸਾਰੀ ਉਮਰ ਦੀ ਭਟਕਣਾ
ਇਹ ਚਾਰ ਦਿਨਾਂ ਦੇ ਮੇਲੇ ਵਿੱਚ
ਇੱਕ ਮਹਿਮਾਨ ਵਾਂਗੂ ਗੁਜ਼ਾਰ ਦਿੰਦਾ।

ਮੌਤ ਆਵੇਗੀ!
ਤੈਨੂੰ ਨਹੀਂ
ਤੇਰੀਆਂ ਬੁਰਾਈਆਂ ਨੂੰ ਲੈਕੇ ਜਾਵੇਗੀ।

ਕਿਉਂਕਿ ਸੁਣਿਆ ਹੈ
ਚੰਗਿਆਈਆਂ ਤਾਂ ਲੋਕ
ਉਮਰ ਭਰ ਯਾਦ ਰੱਖਦੇ ਨੇ।

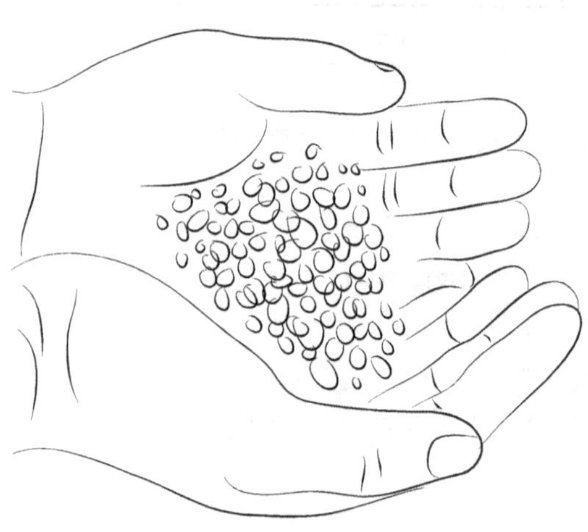

ਵਾਹਿਗੁਰੂ

ਮੇਰੇ ਹਰ ਕਣ ਵਿੱਚ ਤੂੰ ਹੈਂ
ਹਰ ਸਾਹ ਵਿੱਚ ਤੂੰ ਹੈਂ
ਤੂੰ ਹੈ ਪਰ ਦਿੱਖਦਾ ਨਹੀਂ
ਸ਼ਾਇਦ ਮੇਰੇ ਕੋਲ ਵਿਰਤੀ ਨਹੀਂ
ਸ਼ਾਇਦ ਮੇਰੀ ਔਕਾਤ ਨਹੀਂ
ਤੂੰ ਹੈ ਤਾਂ ਸਹੀ
ਮੇਰੇ ਨਜ਼ਦੀਕ ਵੀ ਹੈਂ
ਨੇੜੇ ਹੋਕੇ ਵੀ ਦੂਰ ਹੈਂ
ਨਾ ਲੱਭਦਾ ਹੈਂ
ਨਾ ਮਿਲਦਾ ਹੈਂ
ਪਤਾ ਨਹੀਂ ਤੂੰ ਕਿੱਥੇਂ ਹੈਂ
ਮੇਰੀ ਤਕਦੀਰ ਵਿੱਚ ਹੈਂ
ਮੇਰੇ ਜ਼ਮੀਰ ਵਿੱਚ ਹੈਂ
ਮੈਨੂੰ ਤੇਰੀ ਭਾਲ
ਤੈਨੂੰ ਕਦੇ ਮਿਲਨਾ
ਬਸ ਇਹੀ ਮੇਰੀ ਆਸ ਹੈ।

ਪਰਮਾਤਮਾ

ਕੀ ਹੈ ਪਰਮਾਤਮਾ?
ਸੁਣਿਆ ਬਹੁਤ
ਸਮਝਿਆ ਬਹੁਤ,
ਪਰ ਦੇਖਿਆ ਕਿਉਂ ਨਹੀਂ?

ਕੀ ਪਰਮਾਤਮਾ ਦਿੱਖਦਾ ਵੀ ਹੈ?
ਜਾਂ ਮੇਰੇ ਸਿਰਫ ਭੁਲੇਖੇ ਨੇ,
ਭੁਲੇਖਿਆਂ ਦੀ ਦੁਨੀਆਂ,
ਮੇਰੇ ਪਰਮਾਤਮਾ ਦੀ ਦੁਨੀਆਂ,
ਕੀ ਕਿਤੇ ਵੱਸਦੀ ਵੀ ਹੈ?

ਜਾਂ ਸਿਰਫ ਗੱਲਾਂ 'ਚ,
ਮੋਹ-ਮਾਇਆ 'ਚ,
ਮੋਹ-ਮਾਇਆ?
ਕੱਲੇ ਇਨਸਾਨਾਂ 'ਚ,
ਜਾਂ ਹੋਰਾਂ ਜੀਵਾਂ ਵਿੱਚ ਵੀ ਹੈ?

ਮੇਰੇ ਪਰਮਾਤਮਾ ਦਾ ਮੋਹ,
ਜਾਂ ਉਸਦੀਆਂ ਵਸਤੂਆਂ ਦਾ ਮੋਹ?
ਕਿਸ ਵੱਲ ਮੈਂ ਖਿੱਚਾਂ?
ਮੇਰੇ ਪਰਮਾਤਮਾ ਵੱਲ,
ਜਾਂ ਉਸਦੀ ਬਣਾਈ ਇਹ ਦੁਨੀਆਂ ਵੱਲ?
ਜੋ ਭੁੱਲੀ ਫਿਰਦੀ ਹੈ ਪਰਮਾਤਮਾ ਨੂੰ!

ਮੋਹ-ਮਾਇਆ ਦਾ ਪਿਆਰ,
ਪੈਸੇ ਦੀ ਖਿੱਚ,
ਜਾਂ ਮੇਰੇ ਪਰਮਾਤਮਾ ਦੀ ਖਿੱਚ?
ਮੇਰੇ ਗੁਰੂ ਦਾ ਪਿਆਰ,
ਜਾਂ ਮੇਰੇ ਪਰਮਾਤਮਾ ਦਾ ਉਹ ਸ਼ਿੰਗਾਰ?
ਜਿਸ ਵਿੱਚ ਮੈਨੂੰ ਜੱਗ ਨੀ,
ਕੱਲਾ ਮੇਰਾ ਰੱਬ ਦਿੱਖਦਾ।

ਅਭਿਮਾਨੀ ਰੂਪ

ਕਿੰਨਾ ਹੰਕਾਰ ਜਾਪਦਾ ਸੀ
ਓਨ੍ਹਾਂ ਗੱਲਾਂ 'ਚ
ਰੱਬੀ ਬਾਣੀ ਦੀਆਂ ਚਾਹੇ ਗੱਲਾਂ ਕਰਦੇ ਸੀ
ਪਰ ਰੱਬ ਨੂੰ ਗੱਲੀਂ-ਗੱਲੀਂ ਲਾਹ ਛੱਡਦੇ ਸੀ।

ਆਪਣੇ ਆਪ ਨੂੰ ਬੜਾ ਵੱਡਾ ਦੱਸਦੇ ਸੀ
ਜਿੱਦਾਂ ਓਨ੍ਹਾਂ ਦੀ ਘੜ੍ਹਤ ਕਿਸੇ ਹੋਰ ਰੱਬ ਨੇ ਕੀਤੀ ਹੋਵੇ।

ਬੋਲੀ ਬੜੀ ਵੱਖਰੀ ਸੀ
ਓਹ ਚੱਕਵਾਂ ਜਿਹਾ ਲਹਿਜ਼ਾ
ਇੱਕ ਪੈਸੇ 'ਚ ਰੰਗੇ ਇਨਸਾਨ ਦੀ ਪਹਿਚਾਣ ਕਰਵਾਉਂਦਾ ਸੀ।

ਓਨ੍ਹਾਂ ਦਾ ਰੋਸਾ, ਦੂਸਰੇ ਦੇ ਸੰਘਰਸ਼ ਨੂੰ ਮਾਤ ਪਾਉਂਦਾ ਸੀ
ਖਾਨਦਾਨ ਜੋ ਉੱਚਾ ਸੀ।
ਝੌਂਪੜੀ ਤੇ ਕੁੱਲੀ ਨੂੰ ਮਖੌਲ ਦੱਸਦੇ
ਅਤੇ ਕੋਠੜੀ ਤੇ ਮਹਿਲ ਨੂੰ ਆਪਣਾ।

ਛਲਾਵਾ ਸੀ ਸਭ

ਮੇਰੇ ਸਰੀਰ ਦਾ
ਦਿਖਾ ਕੁਝ ਹੋਰ ਰਿਹਾ ਸੀ
ਤੇ ਸੀ ਕੁਝ ਹੋਰ
ਨਾ ਮੇਰੇ ਨਾਲ ਸੀ
ਤੇ ਨਾ ਉਸ ਨਾਲ।

ਇੱਕ ਰੂਹ ਸੀ
ਜਿਸਦਾ ਨਿਵਾਸ
ਮੇਰੇ ਤੋਂ
ਮੇਰੀ ਸਾਰੀ ਉਮਰ
ਮੇਰੇ 'ਚ ਹੀ ਨਾ ਕਰਾ ਹੋਇਆ।

ਛੱਡ ਉਸਨੇ ਵੀ ਜਾਣਾ ਸੀ
ਚਾਹੇ ਕਿਸੇ ਦੀ ਵਾਸ਼ਨਾ ਕਰਕੇ
ਤੇ ਚਾਹੇ ਕਿਸੇ ਨੂੰ ਇਸਤੇਮਾਲ ਕਰਕੇ
ਕੁਝ ਵੀ ਮੇਰਾ ਨਹੀਂ ਸੀ
ਦੋ ਕੁ ਮੁੱਠਾਂ ਦੀ ਮਿੱਟੀ
ਮੇਰੇ ਸਰੀਰ ਦਾ ਅੰਤਿਮ ਪ੍ਰਣਾਮ ਸੀ
ਚਾਹੇ ਹਵਾ 'ਚ ਖਿਲਾਰ ਦਿੰਦੇ
ਚਾਹੇ ਮਿੱਟੀ 'ਚ ਰਲਾ ਦਿੰਦੇ
ਤੇ ਚਾਹੇ ਪਾਣੀ 'ਚ ਵਹਾ ਦਿੰਦੇ
ਸੀ ਮੇਰੇ 'ਚ ਮੇਰਾ ਕੁਝ ਵੀ ਨਹੀਂ
ਤੇ ਜਨਮ ਤੋਂ ਮਰਨ ਤੱਕ
ਸਭ ਛਲਾਵਾ ਸੀ।

ਰਸਤੇ ਵੀ ਕਦੇ ਕੱਲੇ ਹੁੰਦੇ ਨੇ

ਇੱਕੋ ਜਗ੍ਹਾ ਖੜ੍ਹੇ-ਖੜ੍ਹੇ
ਭਾਵੇਂ ਜ਼ਿੰਦਗੀ ਬੇਰੰਗੀ ਲੱਗੇ
ਪਰ ਉਸੇ ਜਗ੍ਹਾ ਖੜ੍ਹਾ ਮੈਂ ਰਸਤਾ
ਕਦੇ ਕੱਲਾ ਨਹੀਂ ਹੋਇਆ।
ਬਹੁਤੇ ਆਏ
ਬਹੁਤੇ ਗਏ
ਕਈ ਚੱਲ ਵਸੇ
ਕਈ ਵੱਸ ਚੱਲੇ
ਕਈਆਂ ਆਪਣਾ ਰਾਹ ਬਦਲਿਆ
ਕਈ ਮੇਰਾ ਰਾਹ ਭੁੱਲ ਗਏ।

ਮੈਂ ਉਥੇ ਦਾ ਉਥੇ
ਪਰ ਕਦੇ ਕੱਲਾ ਨਹੀਂ ਹੋਇਆ।

ਭਾਵੇਂ ਮੈਂ ਕੱਲਾ ਸੀ
ਪਰ ਇਹ ਬੱਦਲ
ਕਣੀਆਂ
ਸਿਖਰ ਦੁਪਹਿਰ
ਰਾਤਾਂ ਦੀ ਸਨਸਨਾਹਟ
ਮੀਹਾਂ ਬਾਅਦੋਂ ਮਹਿਕ
ਹਨੇਰੀ ਬਾਅਦੋਂ ਧੁੜ
ਕੋਇਲ ਦੀ ਕੂਕ
ਮੋਰਾਂ ਦੀ ਪੈਲ
ਕਾਂਵਾਂ ਦਾ ਕਲਾਉਣਾ
ਕਿਸੇ ਰਾਹੀ ਦੇ ਕਦਮਾਂ ਤੋਂ ਘੱਟ ਨਹੀਂ ਸੀ।

ਧਰਤੀ ਉੱਗੀਆਂ ਮਹਿਕਾਂ 'ਚੋਂ
ਗੁਲਾਬ ਵਰਗੀਆਂ ਪੌਣਾਂ 'ਚੋਂ
ਪਾਣੀ ਦੀਆਂ ਛੱਲਾਂ 'ਚੋਂ
ਰਸ ਗੀਤਾਂ ਦਾ ਆ ਜਾਂਦਾ
ਚਾਹੇ ਸਦੀਆਂ ਤੋਂ
ਇੱਕੋ ਜਗ੍ਹਾ ਖੜ੍ਹਾ ਹਾਂ,
ਖੁਸ਼ਕਿਸਮਤੀ ਤਾਂ ਦੇਖੋ ਮੇਰੀ
ਪਰ ਮੈਂ ਕੱਲਾ ਹੋਕੇ ਵੀ
ਕੱਲਾ ਨਹੀਂ ਹਾਂ।

ਪੈਸਾ?

ਸੁਣਿਆ ਬਿਮਾਰੀ ਹੈ ਇੱਕ
ਇਨਸਾਨਾਂ ਵਿੱਚ ਬਾਖ਼ੂਬੀ ਪਾਈ ਜਾਂਦੀ ਹੈ
ਕਦੇ ਪੈਸਾ ਇਨਸਾਨ ਵੱਲ ਦੌੜਦਾ
ਤੇ ਕਦੇ ਇਨਸਾਨ ਪੈਸੇ ਵੱਲ
ਸਿਰ ਦੁਖਦੇ ਤੋਂ ਲੈਕੇ
ਰਾਤਾਂ ਦੀ ਨੀਂਦ
ਇਸ 'ਤੇ ਨਿਰਭਰ ਕਰਦੀ ਹੈ।

ਪੈਸੇ ਵਿੱਚ ਡੁੱਬ ਚੁੱਕਾ ਇਨਸਾਨ
ਇਸਤੋਂ ਫਿਰ ਵੀ ਛੁਟਕਾਰਾ ਨਹੀਂ ਪਾਉਣਾ ਚਾਹੁੰਦਾ
ਕਦੇ ਇਸ ਪਿੱਛੇ ਰਿਸ਼ਤੇ ਛੱਡਦਾ
ਕਦੇ ਆਪਣੇ
ਤੇ ਕਦੇ ਬੇਗਾਨੇ
ਕਦੇ ਆਪਣੀ ਧਰਤੀ
ਤੇ ਕਦੇ ਆਪਣੀ ਖੁਦ ਦੀ ਮਾਂ।

ਖੂਨ ਦੇ ਰਿਸ਼ਤੇ ਭੁਲਾਉਣ ਦੀ ਸ਼ਮਤਾ ਰੱਖਣ ਵਾਲੀ ਬਿਮਾਰੀ
ਹਰ ਘਰ ਵਿੱਚ ਆਮ ਜਿਹੀ ਮਿਲਦੀ ਹੈ,
ਪਰ ਇਲਾਜ਼ ਕਿਸੇ ਕੋਲ ਨਹੀਂ।

ਨਾ ਕਿਸੇ ਡਾਕਟਰ ਕੋਲ
ਤੇ ਨਾ ਹੀ ਕਿਸੇ ਹਕੀਮ ਕੋਲ
ਜੇ ਹੈ ਤਾਂ ਸਿਰਫ ਕੱਲੇ ਪਰਮਾਤਮਾ ਕੋਲ
ਜਿਸਦੇ ਲੜ ਲੱਗਣ ਨਾਲੋਂ
ਉਸਦਾ ਲੜ ਫੜਨ ਲਈ
ਇਹ ਮਿੱਟੀ ਦਾ ਪੁਤਲਾ
ਰਿਸ਼ਵਤ ਦੇਣ ਲਈ ਵੀ ਤਿਆਰ ਹੈ।

ਮੇਰੀ ਭਟਕਣਾ

ਓਹੀ ਭੈੜਾ ਦਿਨ ਸੀ
ਤੇ ਓਹੀ ਭੈੜੀ ਰਾਤ
ਜਦ ਉੱਠ ਬੈਠੀ
ਮੈਂ ਕਰਨ ਮੁਲਾਕਾਤ
ਖ਼ੁਆਬ ਮੇਰੇ ਵਿੱਚ ਤੂੰ ਬਣ ਆਇਆ
ਖ਼ੌਰੇ ਕਿੱਥੇ ਹੈਂ ਜੋ ਇੰਝ ਸਤਾਇਆ
ਤੇਰੀਆਂ ਗੱਲਾਂ ਨਾ ਅੱਜ ਮੇਥੋਂ ਮੁੱਕਣ
ਸਿਫਤਾਂ ਨਾ ਅੱਜ ਮੇਥੋਂ ਖੁੰਜਣ
ਲਿਖ-ਲਿਖ ਕੇ ਮੈਂ ਹੱਥ ਸੀ ਸਾੜੇ
ਖ਼ੌਰੇ ਖ਼ਤ ਰੱਖੇ ਜਾਂ ਤੂੰ ਸੀ ਪਾੜੇ
ਦਿਨ ਦੇ ਵਿੱਚ ਵੀ ਮੈਨੂੰ ਪੈਣ ਭੁਲੇਖੇ
ਰਾਤਾਂ ਨੂੰ ਵੀ ਆਉਣ ਸੰਦੇਸੇ
ਰੱਬਾ ਦੱਸ ਮੈਂ ਐਸਾ ਕੀ ਕੀਤਾ
ਜੋ ਕਦੇ ਨਾ ਤੂੰ ਮੈਨੂੰ ਦਰਸ਼ਨ ਦਿੱਤਾ
ਨੀਂਦ ਵੀ ਮੇਰੀ ਰਹਿੰਦੀ ਅੱਧ ਵਿਚਾਲੇ
ਫੇਰ ਸੌਂ ਜਾਂਦੀ ਇਹ ਸੋਚ ਵਿਚਾਰੇ
ਇਹ ਓਹੀ ਭੈੜਾ ਦਿਨ
ਤੇ ਓਹੀ ਭੈੜੀ ਰਾਤ ਐ
ਜਦ ਤੂੰ ਮਿਲਕੇ ਵੀ
ਨਾ ਆਉਂਦਾ ਮੇਰੇ ਪਾਸ ਐਂ।

ਵਾਹਿਗੁਰੂ ਦੀ ਭਾਲ

ਚਾਨਣੀ ਓਹ ਰਾਤ
ਦਿਨ ਨੂੰ ਹਨੇਰ ਸੀ
ਅੱਖਾਂ ਮੂਹਰੇ ਕੋਈ
ਤੇ ਦਿਲ ਵਿੱਚ ਹੋਰ ਸੀ
ਸੁੰਨਾ ਜਿਹਾ ਸ਼ਹਿਰ
ਇੱਕ ਪਰਛਾਵਾਂ ਮੇਰੇ ਨਾਲ ਸੀ
ਮੰਜ਼ਿਲ ਹਲੇ ਦੂਰ
ਤੇ ਤੇਰਾ ਮੇਰਾ ਕਾਇਮ ਸੀ
ਹੱਥ ਮੇਰੇ ਖਾਲੀ
ਪਰ ਫਿਰ ਵੀ ਉਮੀਦ ਸੀ
ਦਿਲ ਵਿੱਚ ਓਹੀ
ਜੀਹਦੀ ਖਿੱਚਤੀ ਲਕੀਰ ਸੀ
ਪੈਰ ਮੇਰੇ ਨੰਗੇ
ਮੈਂ ਰਾਹੀ ਇੱਕ ਆਮ ਸੀ
ਖੋਜ ਮੇਰੀ ਜਾਰੀ
ਇੱਕ ਤੇਰਾ ਹੀ ਤਾਂ ਨਾਮ ਸੀ
ਦੱਸ ਨਹੀਓਂ ਸਕੀ
ਇੱਕ ਤੂੰ ਹੀ ਮੇਰਾ ਖਾਸ ਸੀ
ਦੁਨੀਆਂ ਇਹ ਹੱਸਦੀ
ਪਰ ਵਾਹਿਗੁਰੂ!
ਤੂੰ ਹੀ ਮੇਰੀ ਆਸ ਸੀ।

ਨਾ ਮੋਹ, ਨਾ ਮਾਇਆ

ਘਰਾਂ ਦੇ ਨੇ ਘਰ ਬਣੇ ਹਨ ਰਹਿ ਜਾਂਦੇ
ਮਿੱਟੀਓਂ ਮਿੱਟੀ ਹੋ ਸਰੀਰ ਨੇ ਤੁਰ ਜਾਣਾ
ਸਭ ਰਿਸ਼ਤੇ ਨਾਤੇ ਡੋਰਾਂ ਇਸ ਹਨ ਜੱਗ ਦੀਆਂ
ਨਾ ਧੁਰ ਦਰਗਾਹੇ ਕਿਸੇ ਨੇ ਕੁਝ ਵੀ ਲੈ ਜਾਣਾ।

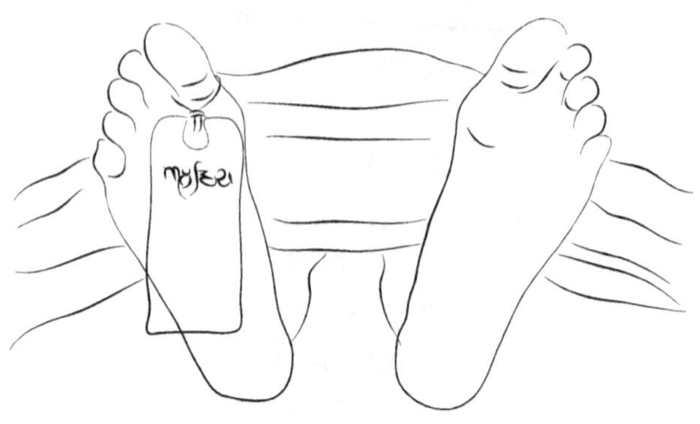

ਬੰਧਨ

ਇੱਕ ਵੱਖਰੀ ਜੀ ਦੁਨੀਆਂ
ਜਿੱਥੇ ਮੈਂ ਤੇ ਮੇਰਾ ਰੱਬ ਹੋਵੇ
ਕੁਝ ਮੇਰੇ ਹੋਣ ਸਵਾਲ
ਤੇ ਇੱਕ ਰੱਬ ਵੱਲੋਂ ਜਵਾਬ ਹੋਵੇ।

ਨਾਲ ਮੇਰੇ ਕਰਮਾਂ ਦਾ ਜ਼ਿਕਰ
ਤੇ ਮੇਰੇ ਗੁਨਾਹਾਂ ਦੀ ਮਾਫੀ ਹੋਵੇ
ਕਿਤੇ ਮੇਰੇ ਪਿਆਰ ਨੂੰ ਅਪਣਾਉਣ ਲਈ
ਵਾਹਿਗੁਰੂ ਦਾ ਬਿਆਨ ਹੋਵੇ।

ਬਸ ਨਾ ਕੋਈ ਸ਼ਿਕਵਾ
ਤੇ ਨਾ ਹੀ ਕੋਈ ਸ਼ਿਕਾਇਤ ਹੋਵੇ
ਮੇਰੇ ਅੰਦਰ ਉਥੇ ਵਸਣ ਦੀ ਤਾਂਗ
ਤੇ ਵਾਹਿਗੁਰੂ ਵੱਲੋਂ ਅਟੁੱਟ ਪਿਆਰ ਹੋਵੇ।

ਰੱਬੀ ਗੋਦ

ਰੱਬ ਨਾਲ ਮੇਲ ਤਾਂ ਹੋਇਆ
ਪਰ ਗੱਲਾਂ ਨਹੀਂ ਹੋਈਆਂ
ਜਿਹੜੀਆਂ ਕਈ ਉਮਰਾਂ ਤੋਂ
ਦਿਲ ਦੇ ਕਿਸੇ ਕੋਨੇ 'ਚ ਦੱਬੀਆਂ
ਚੁੱਪ-ਚਾਪ ਬੈਠੀਆਂ ਸਨ।

ਵਾਹਿਗੁਰੂ ਦੇ ਅੰਗ-ਸੰਗ ਹੋਣ ਲਈ
ਉਡੀਕ ਵਰ੍ਹਿਆਂ ਤੋਂ ਸੀ
ਮਨ ਕਹਿੰਦਾ ——
ਅੱਜ ਸਭ ਸ਼ਿਕਾਇਤਾਂ
ਸਭ ਖੁਆਇਸ਼ਾਂ
ਅੱਗੇ ਰੱਖ ਦੇਵਾਂ,
ਤਾਂ ਜੋ ਦਿਲ ਦੇ ਰੋਗਾਂ 'ਤੇ
ਕਿੱਧਰੇ ਮੱਲ੍ਹਮ ਹੀ ਲੱਗ ਜਾਵੇ।

ਪਰ ਬੇਅੰਤ ਪਿਆਰ ਦੇ ਅੱਗੇ
ਇਹ ਸ਼ਿਕਾਇਤਾਂ ਕੀ?

ਰੱਬ ਦੀ ਦਿੱਤੀ ਇੱਕ ਗਲਵੱਕੜੀ
ਮੇਰੀਆਂ ਕਈ ਸ਼ਿਕਾਇਤਾਂ
ਬਿਨ ਸੁਣੇ ਹੀ ਮੁਕਾ ਗਈ।

ਮਿੱਠ ਬੋਲੜੀ ਜ਼ੁਬਾਨ
ਮੇਰੀ ਜ਼ੁਬਾਨ ਨੂੰ ਫਿੱਕਾ ਕਰ ਗਈ।

ਇੰਨਾ ਰਸ
ਇੰਨੀ ਮਿਠਾਸ
ਇਸ ਦੁਨਿਆਵੀ ਧਰਤੀ 'ਤੇ
ਕਦੇ ਨਹੀਂ ਮਹਿਸੂਸ ਹੋਈ
ਜੋ ਰੱਬ ਦੀ ਗੋਦ 'ਚ
ਬਿਨ ਸੁਵਾਸ ਕੀਤੇ
ਹੀ ਆ ਗਈ।

ਸਵਰਗਾਂ ਦੇ ਰਾਹ

ਮੌਤ ਆਵੇਗੀ
ਤੇ ਇੱਕ-ਇੱਕ ਕਰਕੇ
ਸਭ ਨੂੰ ਲੈ ਜਾਵੇਗੀ।

ਇੱਕ ਮਰਿਆ
ਸੌ ਬਰਾਬਰ ਲੱਗੇਗਾ
ਜਦ ਬੈਠੇ ਕੱਠੇ ਟੱਬਰ 'ਚ
ਕੱਲਾ ਓਹੀ ਨਹੀਂ ਲੱਭੇਗਾ।

ਅੱਜ ਪਤਾ
ਨਾ ਕੱਲ ਪਤਾ
ਨਾ ਪਤਾ ਕੀ ਹੋਣਾ ਮੌਤ ਬਾਅਦੋਂ
ਮਰ ਜਾਣਾ!
ਜਾਂ ਸਦਾ ਲਈ
ਆਪਣੀ ਸੋਚ ਛੱਡ
ਇਸ ਜੱਗ 'ਤੇ ਅਮਰ ਹੋ ਜਾਣਾ।

ਸ਼ਕਲ!
ਜਨਮ ਵੇਲੇ ਕੋਈ ਹੋਰ ਹੁੰਦੀ
ਤੇ ਮਰਨ ਵੇਲੇ ਕੋਈ ਹੋਰ।
ਸ਼ਕਲ ਮਰ ਜਾਂਦੀ
ਪਰ ਸੋਚ ਸਦਾ ਲਈ ਅਮਰ ਹੋ ਜਾਂਦੀ
ਜੋ ਕਿਤੇ ਨਾ ਕਿਤੇ!
ਲੋਕਾਂ ਵਿੱਚ ਵੱਸਦੀ ਰਹਿ ਜਾਂਦੀ।

ਜਨਮ ਵੇਲੇ ਲਾਲੀ
ਤੇ ਮਰਨ ਵੇਲੇ ਪੀਲਕ
ਪਰ ਹੈ ਦੋਵੇਂ ਸਰੀਰਕ ਸੁੰਦਰਤਾ।

ਸਵੱਰਗ ਵੀ ਇੱਥੇ
ਤੇ ਨਰਕ ਵੀ।
ਜੇ ਕਰਮ ਇਸ ਜੱਗ 'ਤੇ
ਤਾਂ ਉਸਦਾ ਅਨਜਾਮ ਕਿਤੇ ਹੋਰ ਕਿਵੇਂ?

ਇਨਸਾਨ ਦਾ ਬੁਢਾਪਾ
ਉਸਦੀ ਅੱਧਖੜ੍ਹ ਉਮਰ, ਜਵਾਨੀ
ਤੇ ਉਸਦੇ ਕੀਤੇ ਕਰਮ ਲਿਖਦੇ ਹਨ।
ਕਿਸੇ ਦਾ ਚੰਗਾ
ਤੇ ਕਿਸੇ ਦਾ ਮਾੜਾ।
ਕਿਸੇ ਲਈ ਨਰਕ
ਤੇ ਕਿਸੇ ਲਈ ਸਵਰਗ।
ਪਰ ਸਵਰਗਾਂ ਦੇ ਰਾਹ
ਸੌਖੇ ਹੀ ਨਹੀਂ ਮਿਲਦੇ
ਇਸ ਲਈ ਸਾਰੀ ਉਮਰ
ਪਰਮਾਤਮਾ ਦੇ ਲੇਖੇ ਲਾਉਣੀ ਪੈਂਦੀ ਹੈ।

ਖ਼ੁਦਾ

ਅਗਰ ਜ਼ਿੰਦਗੀ ਇਤਨੀ ਹੀ ਆਸਾਨ ਹੋਤੀ
ਆਜ ਅੱਲ੍ਹਾ ਔਰ ਖੁਦਾ ਕਾ ਜ਼ਿਕਰ ਨਾ ਹੋਤਾ
ਨਾ ਹੋਤਾ ਆਜ ਕੋਈ ਗਮ ਐਸਾ
ਜਿਸਕੇ ਦਰਦ ਕਾ ਭੀ ਅਹਿਸਾਸ ਨਾ ਹੋਤਾ
ਨਾ ਹੋਤੀ ਕੋਈ ਐਸੀ ਖ਼ੁਸ਼ੀ
ਜਿਸਮੇਂ ਅਪਨਾ ਕੋਈ ਸ਼ਰੀਕ ਨਾ ਹੋਤਾ
ਨਾ ਹੋਤਾ ਆਜ ਕੋਈ ਮਜ਼ਹਬ ਐਸਾ
ਜਿਸਮੇਂ ਅਪਨਾ ਅਪਨੋਂ ਕੇ ਖਿਲਾਫ ਨਾ ਹੋਤਾ
ਜ਼ਿੰਦਗੀ ਖਤਮ ਹੋ ਜਾਤੀ ਖੁਦਗਰਜ਼ੀ ਪਰ
ਔਰ ਦੁਨੀਆਂ ਪੇ ਇਸਾਨੀਅਤ ਕਾ
ਜ਼ਿਕਰ ਭੀ ਨਾ ਹੋਤਾ।

ਬੇਵਸੀ

ਰੱਬ ਨਾ ਕਰੇ
ਕੱਲ ਦਿਨ ਐਸਾ ਆਏ
ਤੇਰੀ ਆਕੜ
ਤੇਰੀ ਨਫ਼ਰਤ
ਦਾ ਅੰਤ ਹੋ ਜਾਏ।

ਤੇਰਾ ਘੁਮੰਡ
ਤੇਰੀ ਮਾਇਆ
ਸਭ ਧਰੇ-ਧਰਾਏ ਰਹਿ ਜਾਣੇ
ਕੌਣ ਜਾਣੇ
ਕੱਲ ਤੇਰੇ ਲੇਖਾਂ ਨੂੰ
ਜੋ ਅੱਜ ਭਰੇ ਭਰਾਏ
ਖਬਰੇ! ਕੱਲ ਨੂੰ ਖਾਲੀ ਹੋ ਜਾਣੇ।

— ਜਦ ਰੱਬ ਦੀ ਮਾਰ ਪੈਂਦੀ,
ਨਾ ਮਾਇਆ ਰਹਿੰਦੀ, ਨਾ ਬੰਦੇ ਦੀ ਆਕੜ।

ਰੱਬੀ ਸੁੰਦਰਤਾ

ਰੱਬ ਨਾਂਹ ! ਬਹੁਤ ਸੋਹਣਾ
ਕਦੇ ਕਦੇ ਮੈਨੂੰ ਦਿੱਖਦਾ
ਕਦੇ ਮੇਰੇ ਖੁਆਬਾਂ 'ਚ
ਤੇ ਕਦੇ ਮੇਰੇ ਜਜ਼ਬਾਤਾਂ 'ਚ
ਕਦੇ ਕਦੇ ਮੇਰੀ ਹੌਲ-ਹਲੀਮੀ 'ਚ
ਤੇ ਕਦੇ ਮੇਰੀਆਂ ਬਾਤਾਂ 'ਚ
ਕਦੇ ਕਦੇ ਮੇਰੇ ਚੱਲੇ ਰਸਤੇ 'ਚ
ਤੇ ਕਦੇ ਮੇਰੇ ਹਰ ਉਸ ਝਾਕੇ 'ਚ
ਕਦੇ ਕਦੇ ਮੇਰੇ ਅਹਿਸਾਸ 'ਚ
ਤੇ ਕਦੇ ਮੇਰੀ ਹਰ ਮੁਲਾਕਾਤ 'ਚ
ਕਦੇ ਕਦੇ ਮੇਰੇ ਮਾਂ ਬਾਪ 'ਚ
ਤੇ ਕਦੇ ਜੰਮੇ ਹਰ ਉਸ ਨਵਜਾਤ 'ਚ।

हकीकड

ਤਨ ਨੂੰ ਹੋਏ ਰੋਗ ਦਾ ਇਲਾਜ ਰੱਬ ਦੇ ਬਖਸ਼ੇ ਹਕੀਮ, ਵੈਦ ਜਾਂ ਡਾਕਟਰ ਕੋਲ ਹੈ ਪਰ ਮਨ ਨੂੰ ਲੱਗੇ ਰੋਗ ਜਾਤ-ਪਾਤ, ਧਰਮ, ਉੱਚ-ਨੀਚ, ਹੰਕਾਰ, ਸ਼ੋਹਰਤ, ਦਿਖਾਵਾ ਜਿੰਨ੍ਹਾਂ ਦਾ ਇਲਾਜ਼ ਤਾਂ ਕੀ, ਉਹਨਾਂ ਦੇ ਖਿਲਾਫ ਜਾਣਾ ਵੀ ਅੱਜ ਦੇ ਸਮਾਜ ਵਿੱਚ ਮੁਸ਼ਕਿਲ ਹੈ।

ਆਪਣੇ ਦੁੱਖ 'ਤੇ ਤਾਂ ਹਰ ਕੋਈ ਰੋ ਲੈਂਦਾ, ਪਰ ਕਿਸੇ ਦੇ ਦੁੱਖ 'ਤੇ ਵੀ ਉਹੀ ਰੋ ਸਕਦਾ ਜੋ ਦੂਸਰੇ ਦਾ ਦਰਦ ਮਹਿਸੂਸ ਕਰ ਸਕੇ। ਤੇ ਉਹ ਦਰਦ ਮਹਿਸੂਸ ਕਰਨ ਲਈ ਇਨਸਾਨ ਨੂੰ ਇਹ ਸਾਰੀਆਂ ਨਫਰਤ ਦੀਆਂ ਬੇੜੀਆਂ ਤੇ ਕੁਰੀਤੀਆਂ ਤੋਂ ਦੂਰ ਹੋਣਾ ਪੈਂਦਾ ਹੈ।

— ਨਵਜੋਤ ਕੌਰ ਸਿੱਧੂ

ਜੇ ਬਾਹਰੀ ਦਿਖਾਵਾ ਅੰਦਰੂਨੀ ਆਤਮਾ ਤੋਂ ਜ਼ਿਆਦਾ ਸੰਤੁਸ਼ਟੀ ਦਿੰਦਾ ਹੁੰਦਾ, ਤਾਂ ਅੱਜ ਖੂਬਸੂਰਤੀ ਵਰਗੇ ਸ਼ਬਦ ਦਾ ਜ਼ਿਕਰ ਹੀ ਨਹੀਂ ਹੋਣਾ ਸੀ, ਕਿਉਂਕਿ ਦਿਖਾਵੇ 'ਚ ਤਾਂ ਸਭ ਇੱਕ ਜਿਹੇ ਲੱਗਦੇ, ਪਰ ਖੂਬਸੂਰਤੀ ਤਾਂ ਅੰਤਰ ਆਤਮਾ ਦੀ ਹੁੰਦੀ ਹੈ।

" ਤੁਹਾਨੂੰ ਖੂਬਸੂਰਤ ਤੁਹਾਡਾ ਬਾਹਰ ਨਹੀਂ,
ਤੁਹਾਡਾ ਅੰਦਰ ਬਣਾਉਂਦਾ ਹੈ "

ਕਿਸੇ 'ਤੇ ਥੋਪਣਾ, ਕਿਸੇ ਨੂੰ ਅਜਮਾਉਣਾ ਤੇ ਕਿਸੇ ਨੂੰ ਨਕਾਰਨਾ ਅੱਜ ਸਮਾਜ ਵਿੱਚ ਆਮ ਪਹਿਲੂ ਹਨ ਜੋ ਬਿਨ ਕਿਸੇ ਦੀਆਂ ਭਾਵਨਾਵਾਂ ਜਾਣੇ ਨਤੀਜੇ ਲੈਣ ਵਿੱਚ ਸਮਰੱਥ ਹਨ।

" ਸੱਚ ਦੀ ਅਵਾਜ਼
ਦਬਾਈ ਮੁੱਢ ਤੋਂ ਹੀ ਜਾਂਦੀ ਆ
ਪਰ ਨਜਾਇਜ਼ ਖਾਧੀ ਹੋਈ ਮਾਇਆ
ਮੌਤ ਔਖੀ ਹੀ ਦਵਾਉਂਦੀ ਆ "

" ਕਿਸੇ ਦੇ ਕੀਤੇ ਹੋਏ ਅਹਿਸਾਨ ਨਹੀਂ ਭੁੱਲੀਦੇ
ਹਮਸਫਰ ਮਰ ਜਾਵੇ, ਨੈਣ ਹੋਰਾਂ 'ਤੇ ਨੀ ਡੋਲੀਦੇ
ਰਿਸ਼ਤਿਆਂ ਦੇ ਉਲਝੇਵੇਂ, ਮਾੜੀ ਜ਼ੁਬਾਨ ਕੱਲੀ ਪਾਉਂਦੀ ਐ
ਤਾਹੀਓਂ ਲੋੜ ਨਾਲੋਂ ਵੱਧ, ਪੁਰਾਣੇ ਜ਼ਖਮ ਨਹੀਂ ਫਰੋਲੀਦੇ "

ਸਮੇਂ ਦੀ ਚਾਲ ਨਾਲ ਚੱਲੋ ਪਰ ਆਪਣੇ ਅਸੂਲਾਂ ਨੂੰ ਨਾਲ ਲੈ ਕੇ। ਕਿਉਂਕਿ ਜ਼ਿੰਦਗੀ 'ਚ ਆਪਣੇ ਆਪ ਨੂੰ ਖੋਣਾ ਤੁਹਾਡੀ ਸਭ ਤੋਂ ਵੱਡੀ ਹਾਰ ਹੈ। ਇੱਥੇ ਸਾਰੀ ਦੁਨੀਆਂ ਇੱਕ ਜਿਹੀ ਨਹੀਂ ਤੇ ਜ਼ਰੂਰੀ ਨਹੀਂ ਕਿ ਅਪਣੀ ਜ਼ਿੰਦਗੀ ਜਿਉਣ ਲਈ, ਤੁਹਾਨੂੰ ਦੁਨੀਆਂ ਵਰਗਾ ਬਣਨਾ ਹੈ।

" ਜ਼ਿੰਦਗੀ ਰੁਕਣ ਦਾ ਨਾਮ ਹੀ ਨਹੀਂ ਲੈਂਦੀ
ਤੇ ਜਿਸ ਦਿਨ ਰੁੱਕ ਗਈ
ਉਸ ਦਿਨ ਬੰਦਾ ਇਸ ਜਹਾਨ 'ਤੇ ਨਹੀਂ ਰਹਿੰਦਾ "

ਹਰ ਇੱਕ ਇਨਸਾਨ ਆਪਣੀ ਜ਼ਿੰਦਗੀ ਦੇ ਰੁਝੇਵੇਂ ਤੋਂ ਠਹਿਰਾਵ ਚਾਹੁੰਦਾ।
ਪਰ ਜਦ ਤੱਕ ਸਾਹ ਚੱਲਦੇ ਉਦੋਂ ਤੱਕ ਠਹਿਰਾਵ ਵੀ ਕਿੱਥੇ?

ਕਿਉਂਕਿ ਫਰਜ਼ ਦੀਆਂ ਕੜੀਆਂ,
ਇਨਸਾਨ ਦੀ ਮੌਤ ਤੋਂ ਬਾਅਦ ਹੀ ਟੁੱਟ ਦੀਆਂ।

" ਹਾਲਾਤ ਜ਼ਿੰਦਗੀ ਨਾਲ ਲੜਨਾ ਤਾਂ ਸਿਖਾ ਦਿੰਦੇ
ਪਰ ਹਾਲਾਤਾਂ ਨਾਲ ਲੜਦਾ-ਲੜਦਾ
ਬੰਦਾ ਖੁਦ ਜ਼ਿੰਦਗੀ ਜੀਣਾ ਭੁੱਲ ਜਾਂਦਾ "

ਮਜ਼ਬੂਰੀ ਬੰਦੇ ਨੂੰ ਸਭ ਸਿਖਾ ਦਿੰਦੀ —
ਹਾਲਾਤਾਂ ਨਾਲ ਲੜੂਨਾ,
ਆਪਣਿਆਂ ਨਾਲ ਖੜੂਨਾ,
ਤੇ ਮਤਲਬੀਆਂ ਤੋਂ ਪਾਸਾ ਵੱਟਣਾ।

ਰੂਪ

ਰੂਪ ਕਰਮਾਂ ਦਾ ਗੁਲਾਮ ਕਦੇ ਨਹੀਂ ਹੋਇਆ
ਕਿਉਂਕਿ ਸੋਹਣੇ ਹੋਣ ਜਾਂ ਨਾ ਹੋਣ ਨਾਲ
ਕਰਮ ਨਹੀਂ ਬਦਲਦੇ।

ਪਰ ਸੋਚ ਕਰਮਾਂ 'ਚ ਭਾਗੀਦਾਰ
ਜ਼ਰੂਰ ਬਣਦੀ ਹੈ।
ਚੰਗਿਆਂ 'ਚ ਵੀ
ਤੇ ਮਾੜਿਆਂ 'ਚ ਵੀ।
ਕਿਉਂਕਿ ਜਿਹੋ ਜਿਹਾ ਸੋਚੋਗੇ
ਓਹੋ ਜਿਹਾ ਬੀਜੋਗੇ,
ਤੇ
ਜਿਹੋ ਜਿਹਾ ਬੀਜੋਗੇ
ਓਹੋ ਜਿਹਾ ਹੀ ਵੱਢੋਗੇ।

" ਇਨਸਾਨ ਦਾ ਰੂਪ ਉਸ ਕੁਦਰਤ ਦੀ ਦੇਣ ਹੈ ਜਿਸ 'ਤੇ ਕਿਸੇ ਦਾ ਕੋਈ
ਵੱਸ ਨਹੀਂ ਚੱਲਦਾ, ਨਾ ਜਾਣੇ ਇਹ ਦੁਨੀਆਂ ਫਿਰ ਵੀ ਰੂਪ ਦੀ ਨਿੰਦਿਆ
ਕਰ ਖੁਦ ਨੂੰ ਕਿਸ ਗੱਲ ਦੀ ਤਸੱਲੀ ਦਿੰਦੀ ਹੈ? "

" ਪਰ ਸੋਹਣੇ ਤਾਂ ਇੱਥੇ ਲੱਖਾਂ ਮਿਲਦੇ
ਇੱਕ ਸੋਚ ਹੀ ਵੱਖਰੀ ਮਿਲਦੀ ਨਾ "

" ਜੇ ਸਰਕਾਰਾਂ ਚੰਗੀਆਂ ਹੁੰਦੀਆਂ
ਕਿਉਂ ਸਿੱਖ ਜਲਦੇ ?
ਨਾ ਲਾਠੀ ਚਾਰਜ ਤੇ ਨਾ ਅੱਗਾਂ ਵਿੱਚ ਸੜਦੇ !
ਮਾੜੇ ਵਕਤ ਦਾ ਕੀ ਸੀ ਕੱਟਿਆ ਜਾਂਦਾ
ਨਾ ਅੱਜ ਪੰਜਾਬ ਖਾਲੀ ਹੁੰਦਾ
ਤੇ ਨਾ ਪੰਜਾਬੀ ਆਪਣਾ ਪਿੰਡ ਛੱਡਦੇ "

ਪੰਜਾਬ ਨਾਲ ਧੱਕਾਸ਼ਾਹੀ ਬਹੁਤ ਵਾਰ ਹੋਈ
ਪਰ ਉਸਦਾ ਹਿਸਾਬ ਨਾ ਕਿਤਾਬਾਂ 'ਚ
ਤੇ ਨਾ ਜ਼ੁਬਾਨਾਂ 'ਚ
ਜੇ ਹੈ ਤਾਂ ਸਿਰਫ ਦਿਮਾਗਾਂ 'ਚ
ਕਿਉਂਕਿ ਜ਼ੁਬਾਨ ਖਰੀਦੀ ਦਾ ਪਤਾ ਨੀ ਚੱਲਦਾ
ਤੇ ਕਿਤਾਬ ਵਿਕੀ ਦਾ।

ਧਰਮਾਂ ਦਾ ਵਟਵਾਰਾ !
ਇੱਕ ਆਮ ਜਿਹੀ ਗੱਲ ਹੈ,
ਲੋਕਾਂ ਲਈ ਨਹੀਂ
ਸਿਰਫ ਸਰਕਾਰਾਂ ਲਈ।

ਧਰਮ ਨੂੰ ਹਥਿਆਰ ਬਣਾਉਣਾ ਸਰਕਾਰਾਂ ਲਈ ਕੋਈ ਬਹੁਤੀ ਵੱਡੀ ਗੱਲ ਨਹੀਂ। ਭਾਵਨਾਵਾਂ ਦੇ ਜਾਲ ਵਿੱਚ ਫਸਿਆ ਇਨਸਾਨ ਆਪਣੇ ਧਰਮ ਨੂੰ ਬਚਾਉਣ ਲਈ ਅੱਜ ਇੱਕ ਦੂਜੇ ਨੂੰ ਖਤਮ ਕਰਨ ਲਈ ਵੀ ਤਿਆਰ ਹੈ। ਦੋ ਹਿੱਸਿਆਂ 'ਚ ਵੰਡਿਆ ਪੰਜਾਬ ਅੱਜ ਵੀ ਇੱਕ ਜਿਹਾ, ਪਰ ਸਰਕਾਰਾਂ ਦਾ ਘੋਲਿਆ ਜ਼ਹਿਰ ਸਰਹੱਦ ਤੋਂ ਬੈਠੇ ਪਾਰ ਲੋਕਾਂ ਲਈ ਨਫਰਤ ਦਾ ਇੱਕ ਮੁੱਦਾ ਬਣਾ ਦਿੱਤਾ ਗਿਆ ਹੈ। ਪਰ ਇਸਦਾ ਅਨਜਾਮ ਸਿਰਫ ਆਮ ਲੋਕਾਂ ਨੇ ਹੀ ਭੁਗਤਿਆ ਹੈ ਚਾਹੇ ਸੰਤਾਲੀ ਵੇਲੇ ਤੇ ਚਾਹੇ ਚੌਰਾਸੀ ਵੇਲੇ।

" ਬਿੱਜਲੀ ਮੁਫਤ ਦੇਕੇ ਸਭ ਕਿਸਾਨ ਪੱਟਤੇ
ਜਵਾਨੀ ਨਸ਼ੇ ਵਿੱਚ ਹੈ ਮਸਤ ਕਰਤੀ,
ਕੀ ਕਰਨੇ ਐਸੇ
ਮੁਫਤ ਦਾਲ-ਆਟੇ
ਜਦ ਅਗਲੀ ਪੀੜੀ ਹੀ
ਚਿੱਟੇ ਵਿੱਚ ਗਰਕ ਕਰਤੀ "

ਲਾਲਚ ਦੇਕੇ ਭੋਲੇ-ਭਾਲੇ ਲੋਕਾਂ ਦਾ ਵਿਕਾਸ ਰੋਕਣਾ? ਉਹਨਾਂ ਦੀਆਂ ਮੁਢਲੀਆਂ ਜ਼ਰੂਰਤਾਂ ਮੁਫਤ ਦੇਕੇ ਉਹਨਾਂ ਨੂੰ ਬੇਰੁਜ਼ਗਾਰੀ ਦੇ ਆਦੀ ਬਣਾਉਣਾ? ਆਪਣੇ ਹੀ ਨਾਗਰਿਕਾਂ ਨੂੰ ਨਸ਼ੇ ਦੇ ਸੇਵਨ 'ਤੇ ਲਾਉਣਾ? ਦੇਸ਼ ਨੂੰ ਭਾਵੇਂ ਅੱਗੇ ਲੈ ਜਾਂਦੇ ਹੋਣ ਪਰ ਮਨੁੱਖਤਾ ਨੂੰ ਬਹੁਤ ਪਿੱਛੇ।

ਬੇਕਸੂਰਾਂ ਨੂੰ, ਕਸੂਰਵਾਰ ਠਹਿਰਾਉਣਾ
ਜ਼ੁਲਮਾਂ ਦੇ ਖਿਲਾਫ, ਉਠਾਈ ਅਵਾਜ਼ ਨੂੰ ਰਵਾਉਣਾ
ਬਿਨ ਕੋਈ ਅਪਰਾਧ, ਕਿਸੇ ਧਰਮ ਨੂੰ ਦਬਾਉਣਾ
ਕੀ ਸਰਕਾਰ ਐਵੇਂ ਹੀ ਐ ਚਾਹੁੰਦੀ!
ਪੰਜਾਬ ਨੂੰ ਚਲਾਉਣਾ?

ਜੋ ਹੱਕ-ਸੱਚ ਲਈ ਖੜ੍ਹਦੇ ਨੇ, ਉਹਨਾਂ 'ਤੇ ਲਾਠੀ-ਚਾਰਜ ਕਰਵਾ ਦਿੰਦੇ?
ਜੋ ਅਧਿਕਾਰਾਂ ਦੀ ਗੱਲ ਕਰਦੇ ਨੇ, ਉਹਨਾਂ ਨੂੰ ਜੇਲਾਂ 'ਚ ਬੰਦ ਕਰਵਾ ਦਿੰਦੇ?
ਉਮਰ ਕੈਦ ਕੱਟ ਚੁੱਕੇ ਸਿੰਘਾਂ ਨੂੰ ਸਿਆਸਤ ਤੋਂ ਦੂਰ ਰੱਖਣ ਲਈ, ਜ਼ੰਜ਼ੀਰਾਂ
ਪਵਾ ਦਿੰਦੇ?

ਸਿਆਸੀ ਲੋਕਾਂ ਦਾ ਕੀ
ਇਹ ਤਾਂ ਈਮਾਨ ਬੇਚ ਦਿੰਦੇ ਨੇ
ਰਾਜਨੀਤੀ ਵਿੱਚ ਵੜੂ
ਭੇਡ ਨੂੰ ਬੱਕਰੀ
ਤੇ ਬੱਕਰੀ ਨੂੰ ਭੇਡ ਕਰ ਦਿੰਦੇ ਨੇ।

" ਕਿਉਂਕਿ ਗੱਲਾਂ ਦਾ ਹੇਰ-ਫੇਰ
ਸਿਰਫ ਰਾਜਨੀਤਿਕ ਲੋਕਾਂ ਵਿੱਚ ਹੀ ਸੰਭਵ ਹੈ "

" ਬੰਦਿਆ ਕਿਸ ਮੌਤ ਦੀ ਤਿਆਰੀ ਖਿੱਚਦਾ
ਰੋਜ਼ ਉੱਠ ਸਵੇਰੇ ਜਾਵਣ ਨੂੰ
ਤੇਰੇ ਸਾਰੇ ਦਿਨ ਦੀ ਭੱਜ-ਨੱਠ
ਕਮਾਉਂਦੀ ਇੱਕ ਕੱਫਣ ਤੇਰੇ ਪਾਵਣ ਨੂੰ "

ਅੱਧਿਓਂ ਵੱਧ ਲੋਕ ਅੱਜ ਮਾਨਸਿਕ ਤਣਾਅ, ਉਦਾਸੀ, ਪਹਿਚਾਣ ਤੇ ਆਪਣੀ ਕੀਮਤ ਨਾਲ ਜੂਝ ਰਹੇ ਹਨ ਅਤੇ ਅਜੇ ਵੀ ਕਾਰਨ ਲੱਭ ਰਹੇ ਹਨ ਇਸ ਸੰਸਾਰ 'ਤੇ ਜੀਵਤ ਰਹਿਣ ਲਈ। ਕਿਉਂਕਿ ਜਦੋਂ ਇੱਕ ਇਨਸਾਨ ਇਹ ਮਹਿਸੂਸ ਕਰ ਲੈਂਦਾ ਕਿ ਇੱਥੇ ਕੁਝ ਵੀ ਨਹੀਂ ਜੋ ਅਸੀਂ ਕਮਾ ਕੇ ਨਾਲ ਲੈ ਜਾ ਸਕਦੇ ਹਾਂ ਤਾਂ ਮਨ ਅੰਦਰ ਇੱਕ ਸੁਭਾਵਿਕ ਜਿਹਾ ਪ੍ਰਸ਼ਨ ਉੱਠਣਾ ਆਮ ਹੈ ਕਿ "ਫੇਰ ਅਸੀਂ ਕਮਾ ਹੀ ਕਿਉਂ ਰਹੇ ਹਾਂ?" ਕਿਉਂ ਇਸ ਭੱਜ-ਨੱਠ ਦੀ ਦੌੜ ਵਿੱਚ ਹਾਂ? ਇਹ ਜਾਇਦਾਦ, ਪੈਸਾ, ਨਾਮ, ਪ੍ਰਸਿੱਧੀ ਤੇ ਮਜ਼ਦੂਰੀ ਕੁਝ ਵੀ ਸਾਡੇ ਨਾਲ ਨਹੀਂ ਜਾਵੇਗਾ।

" ਇਕੱਲੇ ਆਏ ਸੀ ਤੇ ਇਕੱਲੇ ਹੀ ਜਾਣਾ "

" ਇਸ ਧਰਤੀ ਤੋਂ ਉਸ ਧਰਤੀ ਤੱਕ
ਸਬਰ ਨਾ ਕਿਤੇ ਥਿਆਉਣਾ
ਦਿਲ ਤਮੰਨਾ ਕਰਦਾ ਥੱਕਜੁ
ਮਨ ਪਰਚਾਵਾ ਖਤਮ ਨਾ ਹੋਣਾ "

ਗੱਲ ਤਾਂ ਸਿਰਫ ਸੰਤੁਸ਼ਟੀ ਦੀ ਹੈ?
ਕਿਸੇ ਨੂੰ ਸੁੱਕੀਆਂ ਦੋ ਰੋਟੀਆਂ ਖਾ ਕੇ ਵੀ ਆ ਜਾਂਦੀ
ਤੇ ਕਿਸੇ ਨੂੰ ਸ਼ਾਹੀ ਖਾਣਾ ਖਾ ਕੇ ਵੀ ਨਹੀਂ ਆਉਂਦੀ।
ਪਰ ਜ਼ੁਬਾਨ ਤਾਂ
ਨਾ ਮਾੜਾ ਬੋਲਣ ਲੱਗੇ ਦੇਖਦੀ ਹੈ
ਤੇ ਨਾ ਮਾੜਾ ਖਾਣ ਲੱਗੇ।

" ਜ਼ਿੰਦਗੀ ਦੇ ਪੰਨੇ
ਕਿਸਮਤ ਦੀਆਂ ਲਕੀਰਾਂ ਤੋਂ ਵੀ ਸਖਤ ਹੁੰਦੇ,
ਜਦੋਂ ਵੀ ਫਰੋਲਦੇ ਹਾਂ
ਸਾਰੇ ਬਿਖਰਨ ਨੂੰ ਤਿਆਰ ਹੁੰਦੇ "

ਹਰ ਇੱਕ ਲੰਘਦਾ ਪਲ, ਦਿਨ, ਮਹੀਨਾ ਤੇ ਸਾਲ ਚਾਹੇ ਚੰਗਾ ਹੋਵੇ ਜਾਂ ਮਾੜਾ, ਜ਼ਿੰਦਗੀ ਦੀ ਕਿਤਾਬ 'ਚ ਕੁਝ ਨਾ ਕੁਝ ਲਿਖਦਾ ਜਾ ਰਿਹਾ ਹੈ। ਕਦੇ ਬੈਠੇ ਜਦ ਮਨ ਵਿਚਿੱਤਰ ਜਿਹੀ ਸਥਿਤੀ ਵਿੱਚ ਹੁੰਦਾ, ਓਦੋਂ ਜ਼ਰੂਰ ਭਟਕਦਾ ਹੈ ਉਸ ਬਿਤਾਏ ਹੋਏ ਪਲਾਂ ਵੱਲ ਜੋ ਕਦੇ ਆਪਣਿਆਂ ਨਾਲ ਹੁੰਦੇ ਸੀ। ਧੁੰਦਲੀਆਂ ਹੋਈਆਂ ਯਾਦਾਂ ਮੁੜ ਰੁੱਖਾਂ ਵਾਂਗ ਹਰੀਆਂ ਹੋ ਜਾਂਦੀਆਂ ਜਦੋਂ ਅੱਖਾਂ ਹੱਸਣ ਦੀ ਬਜਾਏ, ਹੰਝੂਆਂ 'ਚ ਨਮ ਹੋ ਜਾਂਦੀਆਂ।

" ਵਿਸ਼ਵਾਸ ਬੰਦੇ ਨੂੰ ਬੰਨ੍ਹਕੇ ਰੱਖਦਾ
ਬੰਦਾ ਵਿਸ਼ਵਾਸ ਨੂੰ ਨਹੀਂ
ਤੇ ਜਦ ਵਿਸ਼ਵਾਸ ਹੀ ਰੱਬ 'ਤੇ ਟਿੱਕ ਜਾਵੇ
ਫੇਰ ਬੰਦਾ ਵਿਸ਼ਵਾਸ 'ਤੇ ਵੀ ਟਿੱਕ ਜਾਂਦਾ "

ਮਨ ਦਾ ਭਟਕਣਾ ਇਸ ਕਲਯੁੱਗੀ ਦੌਰ ਵਿੱਚ ਬਹੁਤ ਆਮ ਜਿਹੀ ਗੱਲ ਹੈ। ਦੁਨੀਆਂ 'ਤੇ ਕੁਝ ਐਸੇ ਵੀ ਲੋਕ ਹਨ ਜੋ ਪੂਰੇ ਨਾਸਤਿਕ ਹੋਕੇ ਰੱਬ 'ਤੇ ਵਿਸ਼ਵਾਸ ਨਹੀਂ ਕਰਦੇ। ਪਰ ਜ਼ਿੰਦਗੀ ਵਿੱਚ ਸੰਤੁਸ਼ਟੀ ਤੇ ਇਕਾਗਰਤਾ ਲੱਭਣ ਲਈ ਭਟਕ ਰਹੇ ਹਨ। ਉਹਨਾਂ ਲਈ ਰੱਬੀ ਬਾਣੀ ਵਿੱਚ ਵਿਸ਼ਵਾਸ ਕਰਨਾ ਬਹੁਤ ਕਠਿਨ ਹੈ ਪਰ ਦੁਨਿਆਵੀ ਮੋਹ ਵਿੱਚ ਬੱਝਣਾ ਬਹੁਤ ਸਰਲ।

ਇੱਜ਼ਤ ਇੱਕ ਓਹ ਸਿੱਖਿਆ
ਜੋ ਇੱਕ ਅਨਪੜ੍ਹ ਕੋਲ ਵੀ ਹੁੰਦੀ ਹੈ
ਤੇ ਕਈ ਵਾਰ
ਬੜੇ-ਬੜੇ ਪੜ੍ਹੇ ਲਿਖੇ ਵੀ
ਇਸ ਵਿੱਚ ਅਸਫਲ ਮਿਲਦੇ ਹਨ।

ਪੁਰਾਣੇ ਸਮੇਂ ਵਿੱਚ ਜੋ ਪੜ੍ਹ ਲਿਖ ਜਾਂਦਾ ਸੀ ਉਸ ਦੀ ਮੱਤ ਬਹੁਤ ਉੱਚੀ ਮੰਨੀ
ਜਾਂਦੀ ਸੀ। ਪਰ ਅੱਜ ਦੇ ਸਮੇਂ ਵਿੱਚ ਜਿੱਥੇ ਹਰ ਕੋਈ ਪੜ੍ਹਿਆ-ਲਿਖਿਆ
ਓਥੇ ਇੱਜ਼ਤ, ਤਿਓ-ਮੁਹੱਬਤ ਤੇ ਸਤਿਕਾਰ ਵਰਗੇ ਸ਼ਬਦਾਂ ਦੀ ਕਮੀ ਪਾਈ
ਜਾਂਦੀ ਹੈ।

ਪਰ ਓਹ ਸਿੱਖਿਆ ਹੀ ਕੀ?
ਜੋ ਕਿਸੇ ਦੀ ਇੱਜ਼ਤ ਕਰਨਾ ਨਾ ਸਿਖਾ ਸਕੇ।

ਕਿਸੇ ਲਈ ਕੀਤਾ
ਕਦੇ ਨਹੀਂ ਗਿਣਾਈ ਦਾ,
ਗਹਿਰੀ ਦੋਸਤੀ ਨੂੰ
ਅਜਨਬੀ ਨਹੀਂ ਬਣਾਈ ਦਾ।

ਕਿਉਂਕਿ ਕਿਸੇ ਦੀ ਜ਼ਿੰਦਗੀ
ਕਿਸੇ ਬਗੈਰ ਨਹੀਂ ਰੁਕਦੀ,
ਪਰ ਇਹ ਭੁਲੇਖਾ ਅੱਜ ਦੀ ਦੁਨੀਆਂ 'ਚ
ਅੱਧਿਓਂ ਵੱਧ ਲੋਕਾਂ ਨੇ ਪਾਲਿਆ ਹੋਇਆ।

ਓਹ ਜ਼ਿੰਦਗੀ ਹੀ ਕੀ?
ਜਿਸਦਾ ਮਜ਼ਾ ਇੱਕ ਪਲ ਵਿੱਚ ਆ ਜਾਵੇ
ਕਿਉਂਕਿ ਦਰਦ ਤੇ ਮੁਸਕਰਾਹਟ ਤਾਂ
ਸਾਰੀ ਉਮਰ ਨਾਲ ਚੱਲਦੇ ਹਨ।

ਇਨਸਾਨ ਕਸ਼ਟ ਤੇ ਸੰਘਰਸ਼ ਤੋਂ ਬਚਣ ਲਈ ਛੋਟੇ-ਤੋਂ-ਛੋਟਾ ਰਸਤਾ ਅਪਨਾਉਣ ਲਈ ਤਿਆਰ ਹੈ ਤਾਂ ਜੋ ਓਹ ਆਪਣੀ ਜ਼ਿੰਦਗੀ ਸਦੈਵ ਖੁਸ਼ੀ ਵਿੱਚ ਬਤੀਤ ਕਰ ਸਕੇ। ਪਰ ਜੇ ਕੱਲੀ ਖੁਸ਼ੀ ਹੀ ਹੁੰਦੀ ਇਸ ਸੰਸਾਰ 'ਤੇ ਤਾਂ ਅੱਜ ਪਰਮਾਮਤਾ ਵਰਗੇ ਸ਼ਬਦ ਦਾ ਉਲੇਖ ਵੀ ਨਹੀਂ ਹੋਣਾ ਸੀ।

ਘਰ ਦੀ ਦਹਿਲੀਜ਼ ਛੱਡ
ਫੇਰ ਪਰਾਇਆਂ ਦੇ ਮੋਢੇ ਚੜ੍ਹਦੀ ਆ,
ਇਹ ਚੁਗਲੀ ਹੀ ਐਸੀ ਚੀਜ਼
ਜੋ ਆਪਣਿਆਂ ਨੂੰ ਵੀ ਪਾੜ ਛੱਡਦੀ ਆ।

ਨਿੰਦਿਆ, ਨਫਰਤ, ਈਰਖਾ ਤੇ ਹਉਮੈ ਇਨਸਾਨ ਨੂੰ ਅਸਲੀ ਸੱਚਾਈ ਤੋਂ
ਬਹੁਤ ਦੂਰ ਲੈ ਜਾਂਦੇ ਹਨ।

ਜਿਉਂਦੇ ਜੀਅ ਨਾ ਬਾਤ ਹੀ ਪੁੱਛਣੀ
ਪਿੱਛੋਂ ਮਰਿਆ ਚੰਗਾ ਆਖਣਗੇ
ਦੁਨੀਆਂ ਦੋ ਦਿਨ ਹੀ ਵਿਰਲਾਪ ਹੈ ਕਰਦੀ
ਫਿਰ ਸਭ ਆਪੋ-ਆਪਣੇ ਕੰਮੀ ਲੱਗਣਗੇ।

ਕਿਸੇ ਨੂੰ ਸਾਰੀ ਉਮਰ ਲਈ ਮਨ 'ਚ ਵਸਾਉਣਾ ਦੁਨੀਆਂ ਦੀ ਆਦਤ ਨਹੀਂ। ਕਿਸੇ ਦੀ ਸਿਫਤ, ਕਿਸੇ ਦੀ ਚੰਗਿਆਈ, ਕਿਸੇ ਦੀ ਬੁਰਾਈ, ਕਿਸੇ ਦੀ ਬਦਨਾਮੀ, ਕਿਸੇ ਲਈ ਪਿਆਰ, ਕਿਸੇ ਲਈ ਨਫ਼ਰਤ, ਕਿਸੇ ਲਈ ਅਹਿਸਾਸ, ਕਿਸੇ ਲਈ ਜਜ਼ਬਾਤ, ਕਿਸੇ ਲਈ ਖੁਸ਼ੀ, ਕਿਸੇ ਲਈ ਦੁਖੀ ਤੇ ਕਿਸੇ ਲਈ ਅੱਥਰੂ ਸਭ ਅਸਥਾਈ ਹਨ।

ਮਾਇਆ ਦੀ ਦੇਖੋ ਇਹ ਕਿੰਨੀ ਸਾਜਿਸ਼
ਨਫ਼ਰਤ ਵੀ ਰੱਜ ਕਰਾਉਂਦੀ ਐ
ਭੈਣ-ਭਾਈ ਨੂੰ ਦੂਰ ਇਹ ਕਰਦੀ
ਚਾਚੇ-ਤਾਏ ਨੂੰ ਸ਼ਰੀਕ ਬਣਾਉਂਦੀ ਐ।

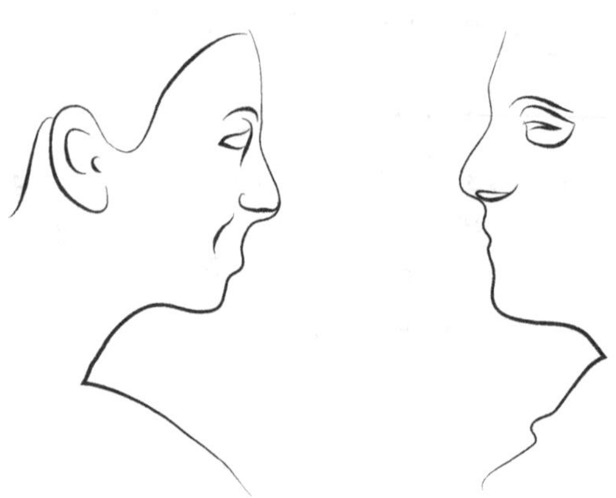

ਕੀ ਲੈਣਾ ਬਣ ਭੀੜ ਦਾ ਹਿੱਸਾ
ਜੋ ਇੱਕ ਜਿਹਾ ਹੀ ਜਾਪੇ
ਕੱਲੇ-ਕਹਿਰੇ ਆਏ ਦੁਨੀਆਂ 'ਤੇ
ਇਕੱਲੇ ਹੀ ਜਾਣਾ ਆਪੇ।

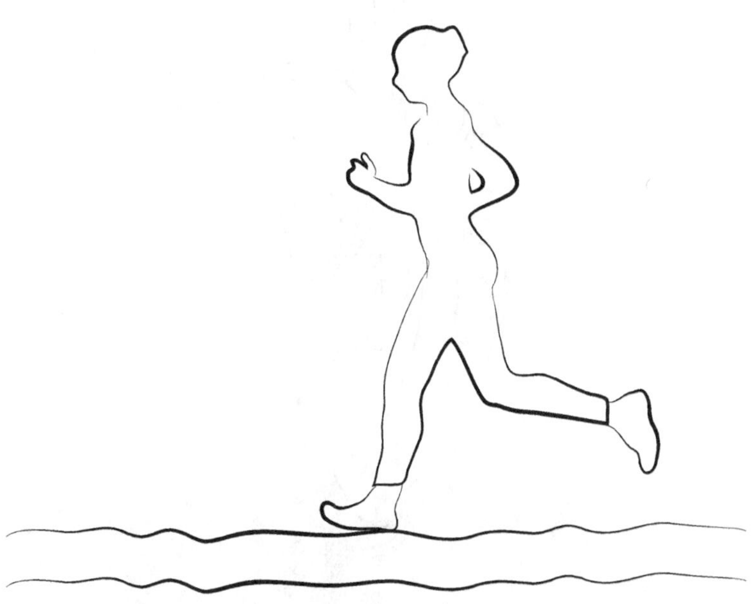

ਆਧੁਨਿਕੀਕਰਨ
ਸੋਚ ਵਿੱਚ ਹੋਣਾ ਜ਼ਰੂਰੀ ਹੈ,
ਕਿਉਂਕਿ ਕੱਪੜਿਆਂ ਨਾਲ
ਸਮਾਜ ਨਹੀਂ ਬਦਲਿਆ ਕਰਦੇ।

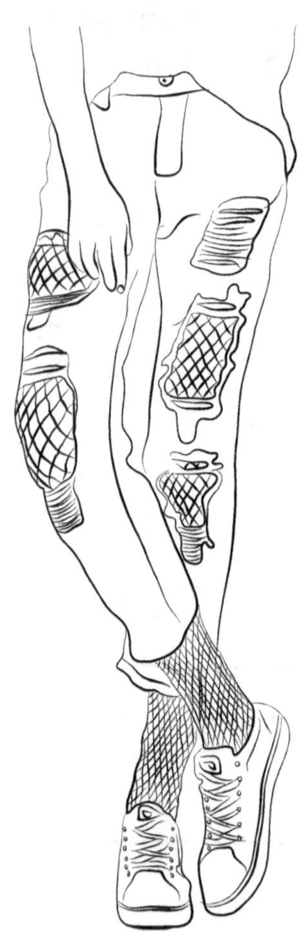

ਅੱਗੇ ਵਧਣ ਦਾ ਨਾਮ ਹੀ ਜ਼ਿੰਦਗੀ ਐ
ਇੱਕ ਜਗ੍ਹਾ ਖੜ੍ਹੇ ਤਾਂ ਪਾਣੀ ਨੂੰ ਵੀ ਜਿਲਬ ਲੱਗ ਜਾਂਦੀ।

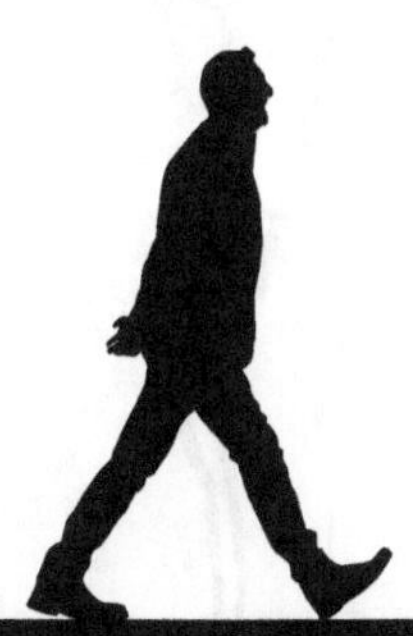

ਹੱਕ ਸੱਚ ਦੀ ਕਮਾਈ
ਤੈਨੂੰ ਰਾਸ ਆਊ ਬੰਦਿਆ
ਪਰ ਝੂਠ ਦੀ ਦੀਵਾਰ
ਤੇਰਾ ਘਰ ਢਾਊ ਬੰਦਿਆ।

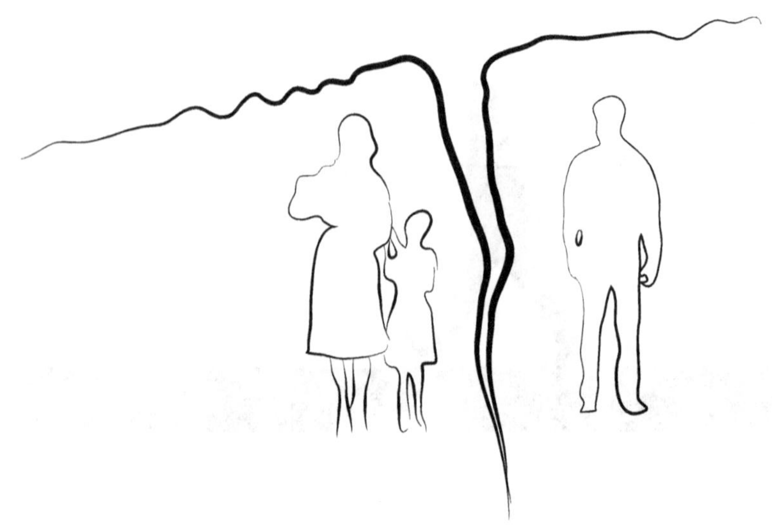

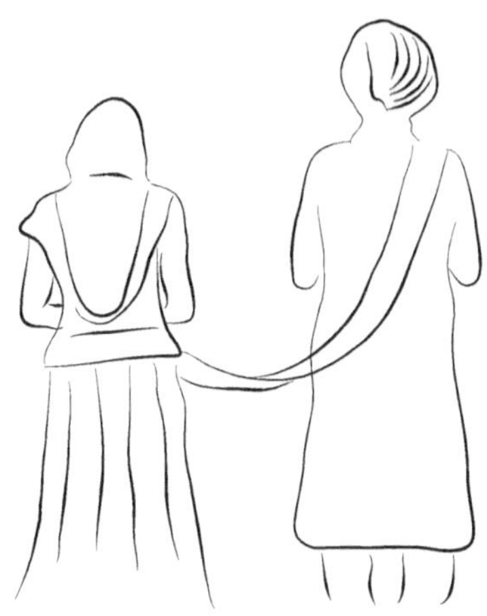

ਚੀਜ਼ਾਂ ਦੇ ਵਿਆਹ ਹੋਈ ਜਾਂਦੇ ਨੇ,
ਤੇ ਜਿਸਮਾਂ ਦੇ ਸੌਦੇ।

ਵਿਵਾਹਿਕ ਰਿਸ਼ਤਾ ਜੋੜਨ ਤੋਂ ਪਹਿਲਾਂ ਦੇਖਿਆ ਜਾਂਦਾ ਮੁੰਡੇ ਦੀ ਜ਼ਮੀਨ, ਘਰ ਤੇ ਜਾਇਦਾਦ ਅਤੇ ਕੁੜੀ ਦਾ ਰੰਗ, ਰੂਪ ਤੇ ਕੱਦ। ਦੇਖਿਆ ਜਾਂਦਾ ਕੁੜੀ ਵਾਲਿਆਂ ਵੱਲੋਂ ਜੰਞ ਦੀ ਸੇਵਾ, ਦਿੱਤਾ ਦਾਜ ਤੇ ਪਾਈਆਂ ਮੁੰਦੀਆਂ ਜਿੰਨਾਂ ਦਾ ਓਹਨਾਂ ਦੇ ਵਿਵਾਹਿਕ ਜੀਵਨ ਨਾਲ ਤਾਲਮੇਲ ਘੱਟ ਤੇ ਸਮਾਜਿਕ ਦਿਖਾਵੇ ਨਾਲ ਵੱਧ ਹੁੰਦਾ। ਕਈ ਦਾਜ ਨਾ ਲੈਣ ਦੀ ਜਗਾਹ ਮੁੰਡੇ ਦੇ ਝੋਲੀ ਕੈਸ਼ ਪਵਾਕੇ ਇੱਕ ਤਰ੍ਹਾਂ ਨਾਲ ਮੁੰਡੇ ਦੀ ਕੀਮਤ ਪਵਾ ਲੈਂਦੇ। ਪਰ ਇਸ ਸਭ ਵਿੱਚ ਰਿਸ਼ਤਾ ਕਿੱਥੇ ਹੈ? ਦੋਵਾਂ ਦੀ ਮਰਜ਼ੀ ਕਿੱਥੇ ਹੈ? ਦੋਵਾਂ ਦਾ ਮਾਨਸਿਕ ਪੱਧਰ, ਸੁਭਾਅ, ਪੜ੍ਹਾਈ ਤੇ ਸੋਚ ਕਿੱਥੇ ਹੈ? ਜਿੰਨਾਂ ਨੇ ਜ਼ਿੰਦਗੀ ਸਾਥ ਕੱਟਣੀ ਹੁੰਦੀ, ਓਹਨਾਂ ਦੇ ਜਜ਼ਬਾਤ ਕਿੱਥੇ ਨੇ? ਰਿਸ਼ਤਾ ਤਾਂ ਕਿਤੇ ਨਹੀਂ ਦਿਖ ਰਿਹਾ, ਸੌਦਾ ਦਿਖ ਰਿਹਾ – ਚੀਜ਼ਾਂ ਦਾ ਜਾਂ ਦਿਖਾਵੇ ਦਾ। ਇਸ ਸਭ ਵਿੱਚ ਪਿਆਰ, ਸਤਿਕਾਰ ਤੇ ਸਮਝ ਬਹੁਤ ਪਿੱਛੇ ਛੁੱਟ ਜਾਂਦੇ। ਗਰੀਬੀ ਕੱਟੀ ਜਾਂਦੀ ਪਰ ਦਿਖਾਵਾ ਰਿਸ਼ਤੇ ਦੀਆਂ ਜੜ੍ਹਾਂ ਹਿਲਾ ਦਿੰਦਾ ਤੇ ਜਦ ਜੜ੍ਹ ਹਿਲਦੀ ਹੈ, ਇਮਾਰਤ ਆਪਣੇ ਆਪ ਗਿਰਦੀ ਹੈ ਜਿਸ ਕਰਕੇ ਅੱਜ ਤਲਾਕ ਦੀ ਤਦਾਰ ਬਹੁਤ ਜ਼ਿਆਦਾ ਹੈ।

ਉਸ ਹਰ ਦਰਦ ਦਾ ਅਹਿਸਾਸ
ਉਸਦੇ ਸਰੀਰ ਦੀਆਂ ਆਂਦਰਾਂ ਨੂੰ ਪਤਾ
ਜਾਂ ਉਸਦੀ ਰੂਹ ਨੂੰ
ਜਦੋਂ ਉਸਦੀ ਅਵਾਜ਼
ਇਹ ਕਹਿ ਕੇ ਦਬਾ ਦਿੱਤੀ ਜਾਂਦੀ ਹੈ ਕਿ
"ਤੂੰ ਇੱਕ ਕੁੜੀ ਐ"

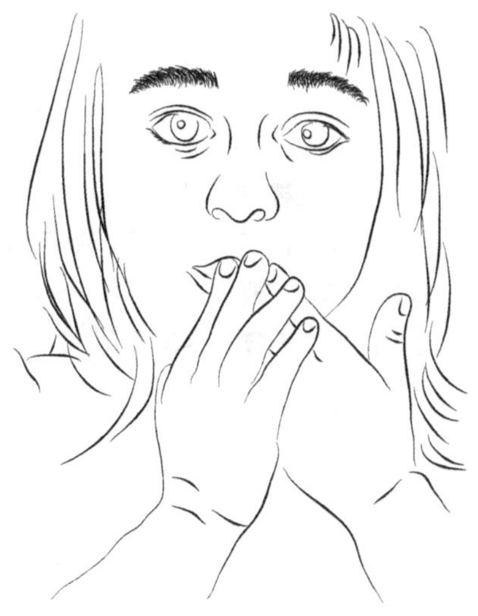

ਕੀ ਲੋੜ ਸੀ ਮੈਨੂੰ ਦੋ ਘਰਾਂ ਦੀ,
ਜੇ ਦੋਹਾਂ ਲਈ ਪਰਾਈ ਸੀ ਮੈਂ।

ਕਿੰਨੀ ਅਜੀਬ ਗੱਲ ਹੈ!!
ਕੁੜੀ ਮੁੰਡੇ ਨਾਲੋਂ ਵੱਧ ਖੁਸ਼ਕਿਸਮਤ ਹੁੰਦੀ
ਕਿਉਂਕਿ ਉਸਨੂੰ ਦੋ ਘਰ ਮਿਲਦੇ
ਤੇ ਦੋ ਮਾਪਿਆਂ ਦਾ ਪਿਆਰ।
ਪਰ ਲੱਗਦਾ
ਸਮਾਜ ਕਿਸੇ ਹੋਰ ਹੀ ਧਾਰਨਾ 'ਤੇ ਆਧਾਰਿਤ ਹੈ,
ਜਿੱਥੇ ਕੁੜੀ ਨੂੰ ਵਿਆਹ ਤੋਂ ਪਹਿਲਾਂ ਪਰਾਈ
ਤੇ ਵਿਆਹ ਤੋਂ ਬਾਅਦ ਬੇਗਾਨੀ ਮੰਨੀ ਜਾਂਦੇ ਹਨ।

ਅੱਜ ਕੱਲ ਤਾਂ
ਧੁਰੋਂ ਲਿਖੇ ਰਿਸ਼ਤੇ ਡਗ-ਮਗਾਈ ਜਾਂਦੇ ਨੇ,
ਫੇਰ ਆਪਣੇ ਬਣਾਏ ਸੰਬੰਧਾਂ ਦੀ
ਮਿਆਦ ਦੇਖੋ ਕਦ ਤੱਕ ਦੀ ਹੈ।

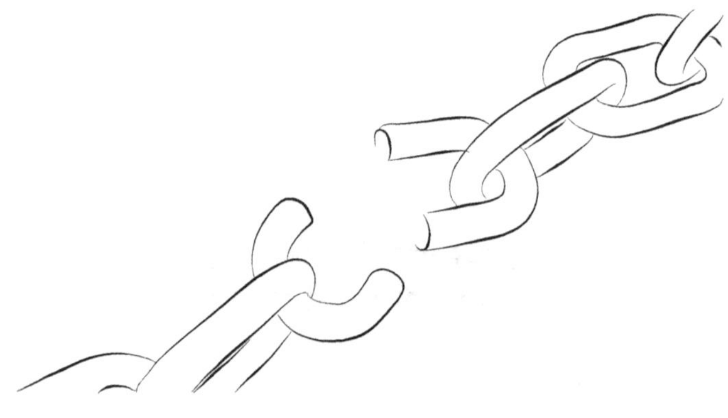

ਪਿੱਤਲ ਤੋਂ ਸਟੀਲ ਅਤੇ ਸਟੀਲ ਤੋਂ ਕੱਚ 'ਚ ਤਬਦੀਲ ਹੋਏ ਭਾਂਡੇ ਵੀ ਅੱਜ
ਰਿਸ਼ਤਿਆਂ ਵਾਂਗ ਹੋ ਗਏ, ਥੋੜਾ ਜਿਹਾ ਖਿਸਕਾਓ ਤਾਂ ਤਿੜਕ ਜਾਂਦੇ ਨੇ।

ਲੜਾਈ ਝਗੜੇ 'ਚ ਕਿਸੇ ਕੁਝ ਖੱਟਿਆ ਨੀ
ਕੀਤੀ ਬਹਿਸ 'ਚ ਕਦੇ ਕੋਈ ਜਿੱਤਿਆ ਨੀ
ਕਈ ਗੱਲਾਂ ਦਾ ਜਵਾਬ ਚੁੱਪ ਹੀ ਦੇ ਦਿੰਦੀ ਐ
ਤੇ ਕਈਆਂ ਦਾ
ਵਿਵਾਦ ਕਰੇ 'ਤੇ ਵੀ ਕਦੇ ਲੱਭਿਆ ਨੀ।

— ਕਈ ਰਿਸ਼ਤਿਆਂ ਦਾ ਅੰਤ ਵੱਟੀ ਚੁੱਪ ਨਾਲ ਹੀ ਹੋ ਜਾਂਦਾ।

ਵਿਆਹ ਤਾਂ ਬਿਨ ਦੇਖੇ ਵੀ ਨਿਭ ਜਾਂਦੇ ਸੀ
ਜਦ ਸ਼ਕਲਾਂ ਮਾਇਨੇ ਨਹੀਂ ਸੀ ਰੱਖਦੀਆਂ
ਤੇ ਅੱਜ ਸ਼ਕਲਾਂ ਦੇਖ-ਦੇਖ ਵੀ
ਵਿਆਹ ਨਿਭਾਏ ਨਹੀਂਓ ਜਾਂਦੇ।

— ਸਮੇਂ ਸਮੇਂ ਦੀਆਂ ਬਾਤਾਂ

ਕਹਿਣੀ ਤੇ ਕਰਨੀ

ਕਹਿਣੀ ਤੇ ਕਰਨੀ 'ਚ ਬਹੁਤ ਫਰਕ ਹੁੰਦਾ
ਕਿਸੇ ਨੂੰ ਮਾੜਾ ਕਹਿ ਦੇਣਾ
ਕਿਸੇ ਦੇ ਕੀਤੇ ਕਰਮਾਂ 'ਤੇ ਪਾਣੀ
ਆਪਣੀ ਜ਼ੁਬਾਨ ਦੇ ਦੋ ਕੌੜੇ ਬੋਲਾਂ ਨਾਲ ਫੇਰ ਦੇਣਾ
ਜ਼ਿੰਦਗੀ 'ਚ ਸਭ ਤੋਂ ਸੌਖਾ ਕੰਮ ਹੈ।

ਕੋਈ ਵੀ ਇਨਸਾਨ ਮਾੜਾ ਨਹੀਂ ਹੁੰਦਾ
ਉਸਦੇ ਕਰਮ ਉਸਨੂੰ ਮਾੜਾ ਬਣਾਉਂਦੇ ਹਨ
ਕਿਸੇ ਨਾ ਕਿਸੇ 'ਚ,
ਕੋਈ ਨਾ ਕੋਈ ਚੰਗਿਆਈ ਜ਼ਰੂਰ ਹੁੰਦੀ ਹੈ
ਤੇ ਕਿਸੇ ਦੇ ਔਗੁਣਾਂ ਨੂੰ ਛੱਡ,
ਉਸਦੇ ਗੁਣਾਂ ਦੀ ਕਦਰ ਕਰਨੀ ਹੀ
ਦੁਨੀਆਂ 'ਚ ਅੱਜ ਸਭ ਤੋਂ ਵੱਧ ਔਖਾ ਕੰਮ ਹੈ।

ਜ਼ਿੰਦਗੀ?

ਸਵਾਲ ਹੈ ਇੱਕ,
ਜਿਸ ਦੀਆਂ ਗੁੰਝਲਾਂ
ਪੈਰ-ਪੈਰ 'ਤੇ ਸੁਲਝਣ
ਦੀ ਜਗਾਹ
ਹੋਰ ਉਲਝਦੀਆਂ
ਜਾ ਰਹੀਆਂ ਨੇ।

ਤੇਰੇ 'ਤੇ ਉਛਲਿਆ ਚਿੱਕੜ
ਸਮੇਂ ਦੀ ਠੰਢੀ ਹਵਾ ਨੇ
ਸੁਖਾ ਹੀ ਦੇਣਾ
ਆਖਿਰ ਮਿੱਟੀ 'ਤੇ ਮਿੱਟੀ
ਕਦ ਤੱਕ ਲੱਗੀ ਰਹਿ ਸਕਦੀ ਹੈ।

— ਕਿਉਂਕਿ ਸਮੇਂ ਦੇ ਦਿੱਤੇ ਜ਼ਖਮ
ਸਮੇਂ ਨਾਲ ਹੀ ਭਰਦੇ।

ਘੱਟ ਜ਼ਮਾਨਾ ਵੀ ਨਹੀਂ
ਜ਼ੋਰ ਇਹਦਾ ਵੀ ਬਹੁਤ ਆ
ਪਰ ਰਿਸ਼ਤੇ ਨੂੰ ਤੋੜਨ ਲਈ
ਇੱਕ ਲਾਈ ਲੱਗ ਹੀ ਬਹੁਤ ਆ।

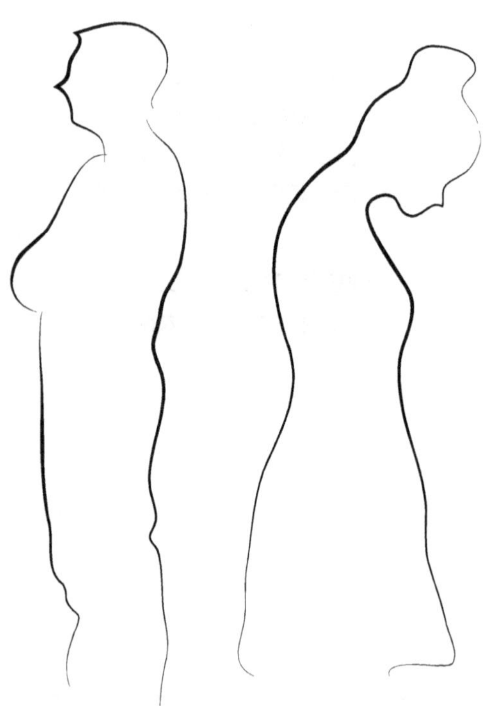

ਵਾਹ! ਓਹ ਰੱਬਾ
ਤੇਰੇ ਵੀ ਰੰਗ ਨਿਆਰੇ ਨੇ
ਰਿਸ਼ਤੇ ਪੈਸੇ ਨਾਲ ਤੋਲਣ ਲਈ
ਤੂੰ ਕੱਲੇ ਇਨਸਾਨ ਹੀ ਕਿਉਂ ਭਾਲੇ ਨੇ?

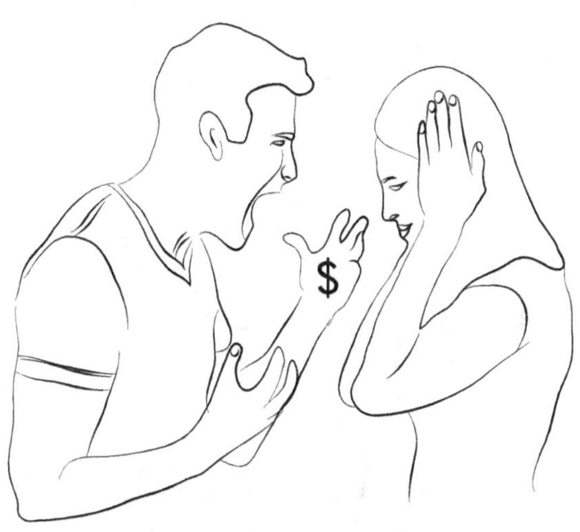

ਹੁਸਨ?
ਦਿਖਦਾ ਨਹੀਂ, ਝਲਕਦਾ ਹੈ।
ਖੂਬਸੂਰਤੀ ਨਾਲ ਨਹੀਂ
ਤਹਿਜ਼ੀਬ ਤੇ ਲਹਿਜ਼ੇ ਨਾਲ।

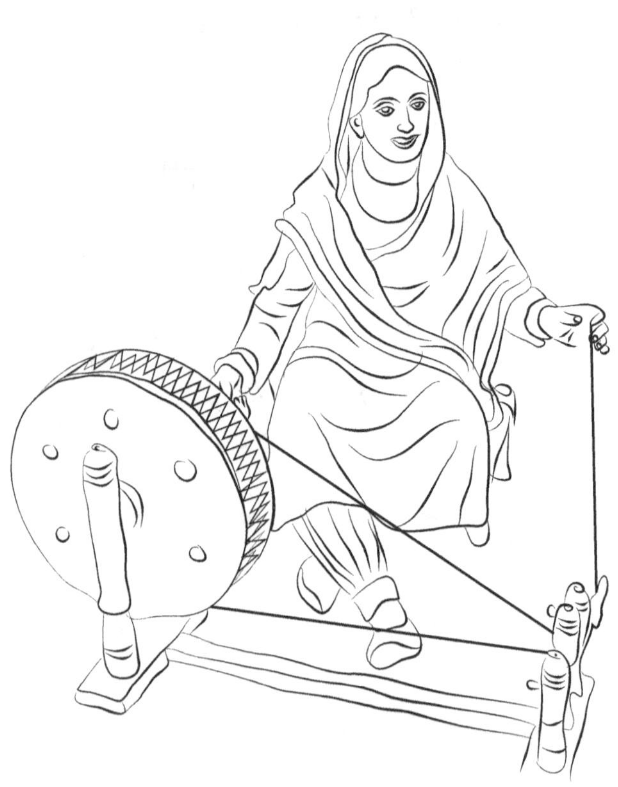

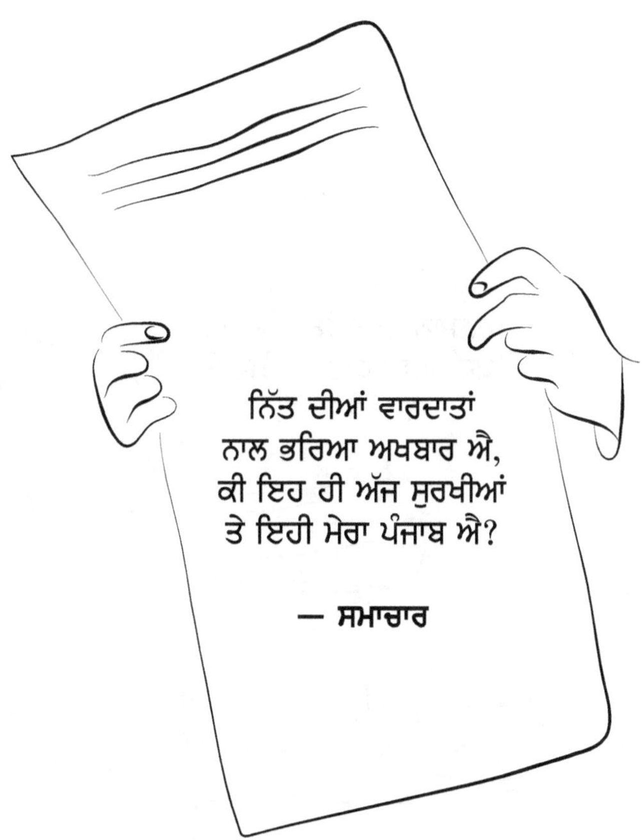
ਨਿੱਤ ਦੀਆਂ ਵਾਰਦਾਤਾਂ
ਨਾਲ ਭਰਿਆ ਅਖਬਾਰ ਐ,
ਕੀ ਇਹ ਹੀ ਅੱਜ ਸੁਰਖੀਆਂ
ਤੇ ਇਹੀ ਮੇਰਾ ਪੰਜਾਬ ਐ?

— ਸਮਾਚਾਰ

ਅੱਜ ਦੀ ਹੈਸੀਅਤ

ਪੁਰਾਣੇ ਸਮੇਂ ਵਿੱਚ ਪਦਵੀ
ਇਨਸਾਨ ਦਾ ਰੁਤਬਾ ਹੁੰਦੀ ਸੀ,
ਪਰ ਅੱਜ ਹੰਕਾਰ ਤੋਂ ਸਿਵਾਏ
ਕੁਝ ਵੀ ਨਹੀਂ।

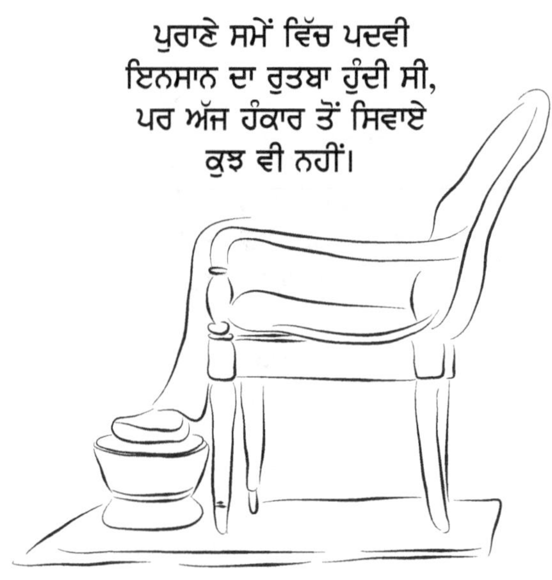

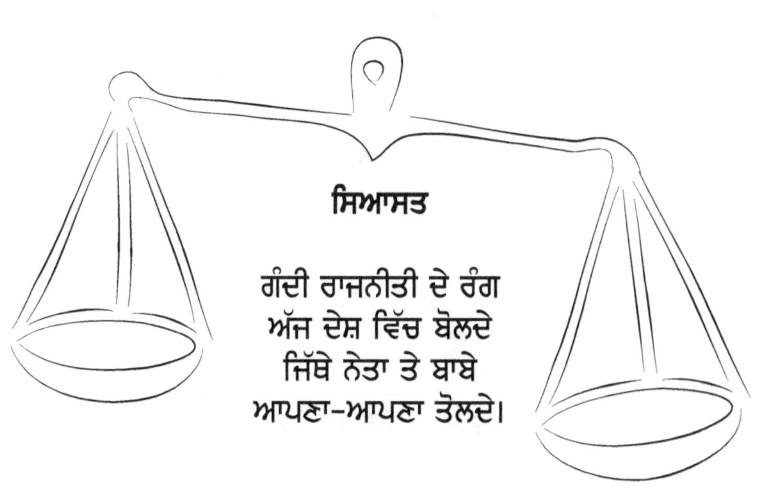

ਸਿਆਸਤ

ਗੰਦੀ ਰਾਜਨੀਤੀ ਦੇ ਰੰਗ
ਅੱਜ ਦੇਸ਼ ਵਿੱਚ ਬੋਲਦੇ
ਜਿੱਥੇ ਨੇਤਾ ਤੇ ਬਾਬੇ
ਆਪਣਾ-ਆਪਣਾ ਤੋਲਦੇ।

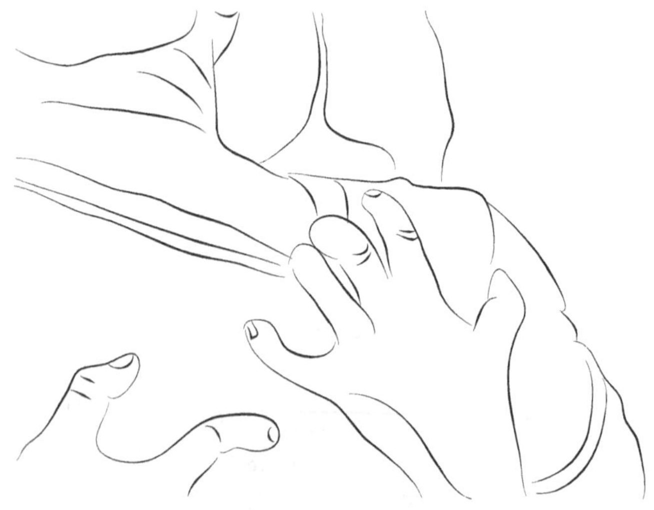

ਜ਼ਮਾਨੇ ਦੀ ਖੇਡ – ਜਿਸਮ

ਕੈਸਾ ਇਹ ਜਿਸਮਾਨੀ ਇਸ਼ਕ
ਜੋ ਜਵਾਨੀ ਖਾ ਚੱਲਾ,
ਹੱਕ ਰੂਹਾਂ ਦੇ ਛੱਡ
ਪਿਆਰ ਜੜੋਂ ਮੁਕਾ ਚੱਲਾ।

ਜਦ ਹੁੰਦਾ ਹੈ ਸਮਾਂ ਸਾਡੇ ਹੱਕ 'ਚ
ਚੀਜ਼ਾਂ ਚੰਗੀਆਂ ਵੀ ਜੁੜਨ ਹਵਾਵਾਂ 'ਚ
ਜਦ ਕਰਜ਼ੇ ਦੀ ਪੰਡ ਸਿਰ ਹੋ ਜਾਵੇ
ਗੱਲਾਂ ਤੇਰੀਆਂ ਹੀ ਹੋਣੀਆਂ ਭਰਾਵਾਂ 'ਚ।

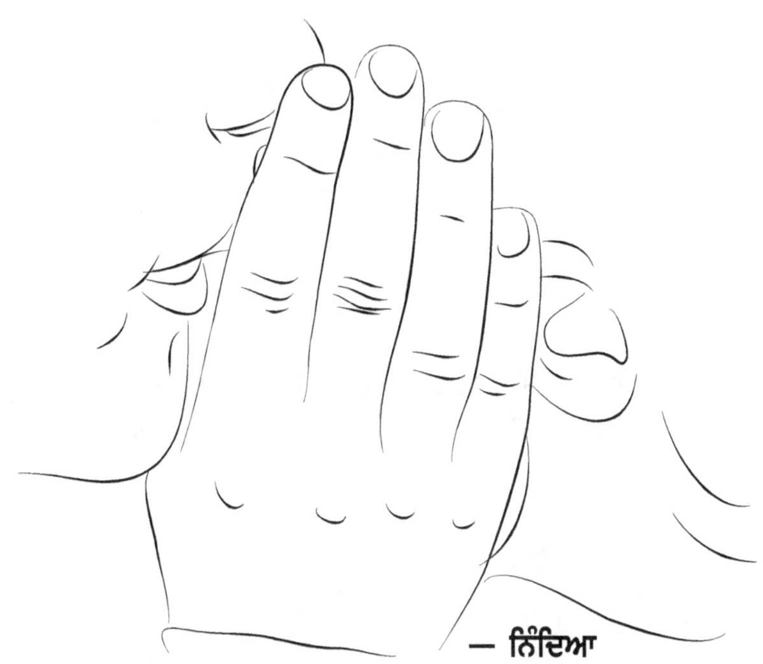

— ਨਿੰਦਿਆ

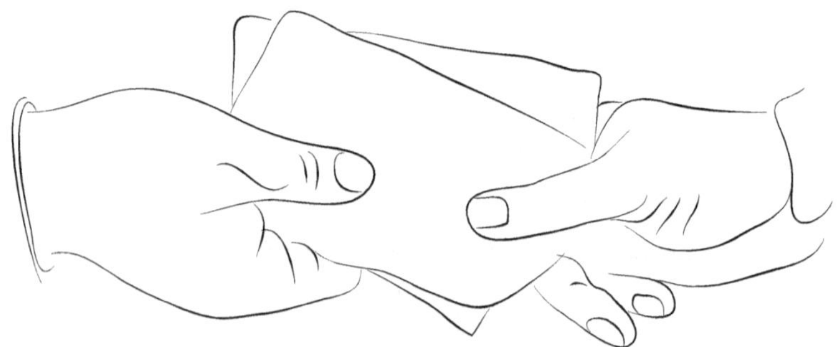

ਘੋਰ ਕਲਯੁੱਗ ਦੀ ਹੱਦ, ਅੱਜ ਜੂਹ ਟੱਪ ਚੱਲੀ ਆ
ਦੇਖ ਰਿਸ਼ਤਿਆਂ ਦੀ ਚਾਦਰ, ਕੱਲੇ ਪੈਸੇ ਨਾਲ ਮੱਲੀ ਆ।

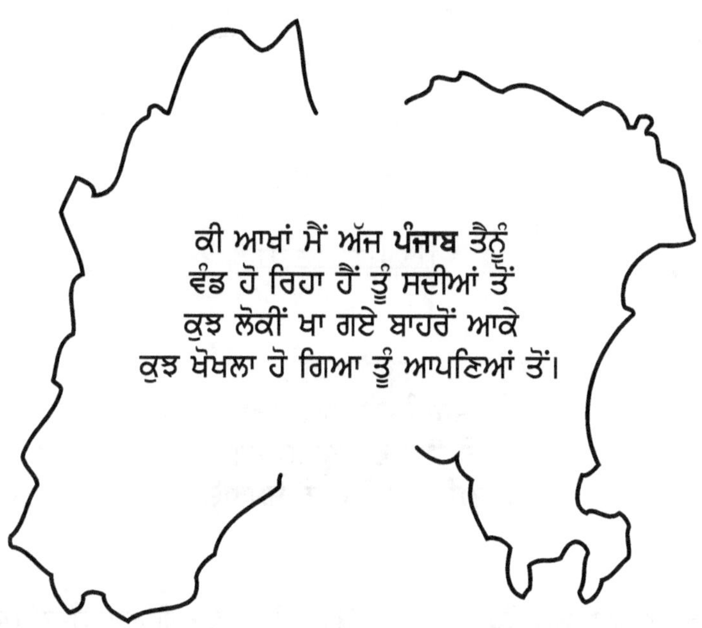
ਕੀ ਆਖਾਂ ਮੈਂ ਅੱਜ ਪੰਜਾਬ ਤੈਨੂੰ
ਵੰਡ ਹੋ ਰਿਹਾ ਹੈਂ ਤੂੰ ਸਦੀਆਂ ਤੋਂ
ਕੁਝ ਲੋਕੀਂ ਖਾ ਗਏ ਬਾਹਰੋਂ ਆਕੇ
ਕੁਝ ਖੋਖਲਾ ਹੋ ਗਿਆ ਤੂੰ ਆਪਣਿਆਂ ਤੋਂ।

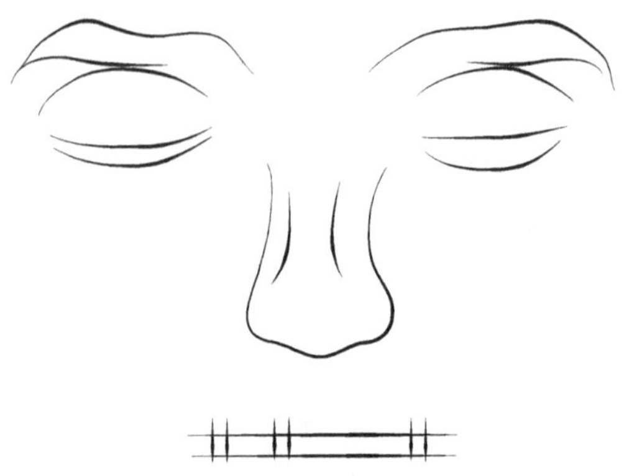

ਜ਼ਰੂਰੀ ਨਹੀਂ !
ਤੁਹਾਨੂੰ ਹਰ ਕੋਈ ਸਮਝੇ
ਤੇ ਇਹ ਵੀ ਜ਼ਰੂਰੀ ਨਹੀਂ
ਕਿ ਤੁਸੀਂ ਹਰ ਕਿਸੇ ਨੂੰ ਸਮਝਾਓਂ।

ਦੁੱਖ ਨਾ ਮਨਾ, ਬਸ ਚੁੱਪ ਵੱਟ ਲੈ। ਕਿਉਂਕਿ ਜੋ ਹੁੰਦਾ, ਚੰਗੇ ਲਈ ਹੁੰਦਾ। ਪਰ ਆਪਣੇ ਦਰਦ ਦਾ ਜ਼ਿਕਰ ਹਰੇਕ ਮੁਹਰੇ ਨਾ ਕਰ, ਕਿਉਂਕਿ ਜ਼ਰੂਰੀ ਨਹੀਂ ਹਰ ਸੁਣਨ ਵਾਲਾ ਤੈਨੂੰ ਸਮਝਣ ਵਾਲਾ ਵੀ ਹੋਵੇ।

ਉਮਰਾਂ ਦੇ ਸਾਥ

ਕੱਟਲੀਂ ਜਵਾਨੀ
ਕੁਝ ਚੰਗੀਆਂ ਹਵਾਵਾਂ ਨਾਲ
ਕੁਝ ਦੋਸਤਾਂ ਤੇ
ਕੁਝ ਆਪਣੇ ਭਰਾਵਾਂ ਨਾਲ
ਇਹ ਦਿਨ ਹੀ ਨੇ ਚੰਗੇ
ਜਿਹੜੇ ਚੰਗੇ ਨਾਲ ਤੁਰਦੇ
ਕੀ ਪਤਾ ਤੈਨੂੰ ਕਲ ਨੂੰ
ਕੌਣ ਪਾਸਾ ਵੱਟ ਤੁਰਜੇ।

"ਇਹ ਜ਼ਿੰਦਗੀ ਹੈ! ਟਿਕਾਅ ਨਹੀਂ
ਕਿਉਂਕਿ ਕਈ ਵਾਰ ਪੈਸੇ ਦਾ ਨੀ,
ਇਨਸਾਨ ਨੂੰ ਸਮੇਂ ਦਾ ਲਾਲਚ ਵੀ ਮਾਰ ਜਾਂਦਾ"

ਕੋਈ ਫਰਕ ਨਹੀਂ ਪੈਂਦਾ ਜੇ ਤੁਹਾਨੂੰ ਤੁਹਾਡੀ ਪੂਰੀ ਜ਼ਿੰਦਗੀ 'ਚ ਤੁਹਾਡੀ ਸੋਚ ਵਰਗਾ ਇਨਸਾਨ ਨਹੀਂ ਮਿਲਦਾ ਕਿਉਂਕਿ ਫੇਰ ਕਿਹੜਾ ਉਸਨੇ ਮੌਤ ਦਾ ਰੱਸਾ ਤੁਹਾਡੇ ਨਾਲ ਚੁੰਮ ਲੈਣਾ। ਇਕੱਲੇ ਆਏ ਸੀ ਤੇ ਇਕੱਲੇ ਹੀ ਜਾਣਾ। ਜ਼ਿੰਦਗੀ ਦਾ ਸਫਰ ਜ਼ਰੂਰ ਆਸਾਨ ਹੋ ਜਾਂਦਾ ਇੱਕ ਵਧੀਆ ਹਮਸਫਰ ਨਾਲ ਪਰ ਸਾਥ ਤਾਂ ਕਰਮਾਂ ਦਾ ਜਾਂ ਰੱਬ ਦੀ ਮਿਹਰ ਦਾ। ਇਨਸਾਨ ਹਰ ਇੱਕ ਅਵਸਥਾ ਲਈ ਤਿਆਰ-ਬਰ-ਤਿਆਰ ਹੋਣਾ ਚਾਹੀਦਾ।

ਚਾਹੇ ਵਿਆਹ ਘਰਦਿਆਂ ਦੀ ਮਰਜ਼ੀ ਨਾਲ ਕਰਵਾਓ ਚਾਹੇ ਆਪਣੇ ਲੱਭੇ ਪਿਆਰ ਨੂੰ ਹਮਸਫਰ ਬਣਾਕੇ ਪਰ ਉਸ ਵਿੱਚ ਨਾ ਤਾਂ ਕਿਸੇ ਦਾ ਸੌਦਾ ਕਰੋ ਤੇ ਨਾ ਆਪਣਾ ਕਰਵਾਓ।

ਰੂਹਾਂ ਦੇ ਮੇਲ, ਨਾ ਤਾਂ ਸੋਨੇ ਦੀਆਂ ਮੁੰਦੀਆਂ ਪਾਉਣ ਨਾਲ ਹੋਣੇ ਤੇ ਨਾ ਹੀ ਕੰਬਲਾਂ ਦੀਆਂ ਮਿਲਣੀਆਂ ਨਾਲ।

ਇਹ ਸਭ ਚੀਜ਼ਾਂ ਸੱਭਿਆਚਾਰਿਕ ਤੇ ਪਰਿਵਾਰਿਕ ਸੰਬੰਧਾਂ ਨੂੰ ਦਰਸਾਉਣ ਲਈ ਪੁਰਾਣੇ ਸਮੇਂ ਵਿੱਚ ਬਣਾਈਆਂ ਗਈਆਂ ਸਨ, ਪਰ ਅੱਜ ਇਹੀ ਸਭ ਚੀਜ਼ਾਂ ਗਰੀਬ ਦਾ ਘਰ ਢਾਉਣ ਤੱਕ ਜਾ ਰਹੀਆਂ।

ਮਾਫ ਕਰਿਓ !!
ਪਰ ਜੇ ਪਿਆਰ ਤੇ ਸਕੂਨ ਇਹੀ ਸਭ ਚੀਜ਼ਾਂ ਨਾਲ ਮਿਲਦਾ ਹੁੰਦਾ, ਤਾਂ ਅੱਜ ਸ਼ਾਇਦ ਸਾਰੀ ਦੁਨੀਆਂ ਖੁਸ਼ ਹੁੰਦੀ।

ਪਿਆਰ

ਪਿਆਰ ਦਾ ਮਖੌਲ ਅੱਜ
ਦੁਨੀਆਂ ਬਣਾ ਦਿੱਤਾ
ਇੱਕ ਫੜ ਇੱਕ ਛੱਡ
ਨਾਮ ਪੈਸੇ ਦਾ ਹੈ ਲਾ ਦਿੱਤਾ।

ਹਵਸ, ਅਮੀਰੀ ਅੱਜ
ਭਾਰੂ ਪੈਂਦੀ ਦਿਸਦੀ
ਦੱਸ ਕੀਹਨੂੰ ਕੀਹਨੂੰ ਆਖਾਂ
ਇਹ ਤਾਂ ਅੱਧੀ ਕੌਮ ਕਰਦੀ ਦਿੱਖਦੀ।

ਆਸ਼ਿਕੀ

ਕੌਣ ਆਖਦਾ ਐ ਦੁਨੀਆਂ ਫ਼ਕੀਰ ਹੋ ਗਈ
ਇੱਥੇ ਆਸ਼ਿਕ ਨੇ ਨਿੱਤ ਹੀ ਬਜ਼ਾਰ ਵਿਕਦੇ
ਕੌਣ ਸਾਂਭਦਾ ਹੈ ਆਪਣੇ ਹੀ ਵਿਰਸੇ ਨੂੰ
ਅੱਜ ਕੱਲ ਬਿਨਾਂ ਹੀ ਲਿਬਾਸ ਦੇ ਨੇ ਚਿਹਰੇ ਵਿਕਦੇ।

ਕੌਣ ਆਖਦਾ ਗੁੜੀ ਐ ਯਾਰੀ ਦੋਸਤੀ
ਇੱਕ ਵੇਲਾ ਜਿਹਾ ਪਾਸ ਲੋਕੀਂ ਆਮ ਕਰਦੇ
ਲੋੜ ਪੈਣ 'ਤੇ ਨਾ ਖੜ੍ਹਦੇ, ਨਾਲ ਨਿੱਤ ਗੱਲਾਂ ਕਰਦੇ
ਚਾਪਲੂਸੀ ਕਰ ਧੋਖੇਬਾਜ਼ੀ ਖਾਸ ਕਰਦੇ।

ਕੌਣ ਆਖਦਾ ਪਰੀਤ ਉਂਝ ਮੁੱਲ ਨਹੀਓਂ ਮਿਲਦੀ
ਵਕਤ ਆਉਣ 'ਤੇ ਹੈ ਆਸ਼ਿਕ ਅੱਜ ਪੈਸਾ ਸੁੱਟਦੇ
ਪਿਆਰ ਬਜ਼ਾਰੋਂ ਚਾਹੇ ਮਿਲੇ, ਚਾਹੇ ਸ਼ਹਿਰੋਂ ਕਿਤੋਂ ਮਿਲੇ
ਰੂਹ ਛੱਡ ਅੱਜ ਜਿਸਮ 'ਤੇ ਫਿਰਨ ਮਿਟਦੇ।

ਅੱਜ

ਪਿਆਰ ਦੀ ਪਰਿਭਾਸ਼ਾ ਅੱਜ
ਬਦਲੀ ਨਜ਼ਰ ਆਉਂਦੀ ਆ
ਇਕੱਠਾ ਰਹਿਣਾ ਛੱਡ
ਕੱਲਾ-ਕੱਲਾ ਹੀ ਇਹ ਚਾਹੁੰਦੀ ਆ
ਮਤਲਬਪ੍ਰਸਤੀ ਅੱਜ
ਗੁੜੀ ਹੁੰਦੀ ਦਿਸਦੀ
ਪੈਸੇ ਦੀ ਮੁਹਤਾਜ
ਰਿਸ਼ਤੇਦਾਰੀ ਹੁੰਦੀ ਦਿਖਦੀ
ਸਹੂਲਤਾਂ ਦੇ ਆਦੀ
ਪਰਿਵਾਰਿਕ ਗੱਲਾਂ ਨਹੀਓਂ ਭਾਲਦੇ
ਜ਼ਮਾਨੇ ਪਿੱਛੇ ਲੱਗ
ਆਪਣਾ ਆਪ ਫਿਰਨ ਹਾਰਦੇ।

ਜਿਸਮਾਨੀ ਮੁਹੱਬਤ

ਪਿਆਰ ਤਾਂ ਬਸ ਅੱਜ ਰਹਿ ਚੱਲਾ
ਕੱਲਾ ਰਹਿ ਚੱਲਾ ਹੈ ਜਿਸਮਾਂ ਤੱਕ
ਇੱਕ ਦੂਜੇ ਨੂੰ ਪਾਉਣਾ ਕਰਨਾ
ਠਹਿਰ ਗਿਆ ਹੈ ਅੱਜ ਸਰੀਰਾਂ ਤੱਕ।

ਪੈਸਾ ਸ਼ੋਹਰਤ ਦੇਹ ਵਿਕਾਉਂਦੇ
ਇਸ਼ਕ ਵਿਕਦਾ ਆਮ ਬਜ਼ਾਰਾਂ ਵਿੱਚ
ਨਾ ਮਾਸੂਮੀਅਤ ਤੇ ਨਾ ਕੋਈ ਸਾਦਗੀ
ਸਭ ਲੁਕ ਗਿਆ ਹੈ ਕਿਤੇ ਹਵਾਵਾਂ ਵਿੱਚ।

ਇਸ਼ਕ

ਰਾਂਝੇ ਵੀ ਚਰਾਈਆਂ ਮੱਝੀਆਂ
ਨਾਲ ਕੰਨ ਪੜ੍ਹਵਾ ਮੁੰਦਰਾਂ ਪਾਈਆਂ
ਇਸ਼ਕ ਨਾ ਚੜ੍ਹਿਆ ਓਹ ਵੀ ਸਿੱਖਰਾਂ
ਕਹਾਣੀਆਂ ਕਿਤਾਬੀ ਹੀ ਬਣ ਆਈਆਂ।

ਦਿਲ ਤਾਂ ਦੇਣਾ ਬਹੁਤ ਹੀ ਸੌਖਾ
ਨਿਭਾਉਣੀਆਂ ਕਿਸੇ ਕਿਸੇ ਨੂੰ ਆਈਆਂ
ਇਹ ਇਸ਼ਕ ਦੀਆਂ ਹੀ ਰਮਜ਼ਾਂ ਐਸੀਆਂ
ਚੰਦਰਿਆ! ਸਮਝ ਨਾ ਸਭ ਦੇ ਆਈਆਂ।

ਮਜ਼ਾਕੀ ਹੇਜ

ਆਪਣਾ ਬਣਾਕੇ ਕਿੰਝ
ਠਗਦੇ ਸੱਜਣ
ਇਹ ਗੁਣ ਹੈ ਅਨੋਖਾ
ਅੱਜ ਅੱਧਿਓਂ ਵੱਧ ਲੋਕਾਂ ਵਿੱਚ,
ਪਿਆਰ ਦਾ ਮਖੌਲ
ਉਡਾਉਂਦੇ ਆਪਣੇ ਹੀ ਲੋਕਾਂ ਦਾ
ਇਹ ਮਨੁੱਖਤਾ ਦੀ ਖੇਡ
ਅੱਜ ਜਾਪੇ ਮੇਰੇ ਲੋਕਾਂ ਵਿੱਚ।

ਸਰੀਰਕ ਵਾਪਾਰ

ਲਾਹ ਇੱਜ਼ਤ ਰੱਖਤੀ ਪਿੰਡੇ 'ਤੋਂ
ਚੁੰਨੀ ਵਿੱਚ ਚੌਰਸਤੇ ਰੁਲਦੀ ਐ
ਅੱਜ ਜਿਸਮਾਂ ਦੇ ਵਾਪਾਰਾਂ 'ਚ
ਤਰਜੀਹ ਪੂੰਜੀ ਨੂੰ ਹੀ ਮਿਲਦੀ ਐ,

ਸਿਰਾਂ 'ਤੇ ਜੇ ਪੱਗ ਹੈ ਸੌਂਹਦੀ
ਅਦਬ ਬਿਸਤਰ ਵਿੱਚ ਵੀ ਰਹਿੰਦੀ ਨਾ
ਕੰਮ ਹੱਥੀਂ ਕੀਤੇ ਨੂੰ ਮਿਹਨਤ ਕਹਿੰਦੇ
ਸਰੀਰ ਵੇਚੇ 'ਤੇ ਬਰਕਤ ਪੈਂਦੀ ਨਾ।

ਸਿਖਰੋਂ ਟੁੱਟੀ ਯਾਰੀ

ਕਾਹਦਾ ਮਾਣ ਤੂੰ ਕਰਦਾ ਯਾਰੀ 'ਤੇ
ਇਹ ਤਾਂ ਦੋ ਦਿਨਾਂ ਦੀ ਖੇਡ ਹੈ ਯਾਰਾ
ਇੱਥੇ ਇੱਕ ਹੀ ਹੋਊ ਲੱਖ ਕਿਸੇ 'ਚੋਂ
ਜਿਹੜਾ ਸਾਰੀ ਉਮਰ ਨਿਭਾਊ ਯਾਰਾ।

" ਜਿਸਦਾ ਪਿਆਰ ਸਿਖਰਾਂ 'ਤੇ ਚੜ੍ਹਕੇ ਟੁੱਟਦਾ,
ਓਹ ਆਪ ਵੀ ਅੰਦਰੋਂ ਟੁੱਟ ਜਾਂਦਾ "

ਇੱਜ਼ਤ ਨਾਲ ਹੀ ਮੇਲ ਨੇ ਹੁੰਦੇ
ਧੱਕਾ ਕਰਨ ਨੂੰ ਕੁੜੀ ਕੋਈ ਜਗੀਰ ਨਹੀਂ
ਆਪਣੀਆਂ ਨਜ਼ਰਾਂ 'ਚ ਆਪੇ ਗਿਰਦੇ
ਓਹ ਕਿਸੇ ਦੀ ਧੀ ਹੈ, ਤੁਹਾਡੀ ਤਕਦੀਰ ਨਹੀਂ।

ਰਿਸ਼ਤਾ ਬਲ ਨਹੀਂ, ਦੀਦ ਮੰਨਦਾ...

ਜਿਸਮ ਦੀ ਖੁਆਇਸ਼
ਨਾ ਰੱਖ
ਇਹ ਤਾਂ ਮਿੱਟੀ ਹੈ
ਕਿਤੇ ਕਾਲੀ ਤੇ ਕਿਤੇ ਚਿੱਟੀ ਹੈ।
ਦਰਦ ਤੇਰੇ ਸੀਨੇ ਦਾ
ਰੰਗ ਨੇ ਕਦੇ ਨੀ ਪੀ ਲੈਣਾ
ਡੁੱਬਦੇ ਨੂੰ ਹੋਰ ਡਬੋਂਦੂ
ਜੇ ਦਿਲੋਂ ਮੈਲੀ ਵੀ ਤੇ ਖੋਟੀ ਹੈ।

ਰੂਹ ਦੀ ਖੁਆਇਸ਼ ਰੱਖ,
ਜਿਸਮ ਦੀ ਨਹੀਂ .....

ਕਲਜ਼ੁੱਗ

ਰੁਲਗੀ ਦਿਲਦਾਰੀ
ਨਾਲ ਗਵਾਚਿਆ ਵੀ ਜ਼ਮੀਰ ਐ
ਅੱਜ ਦਿਖਾਵੇ ਪਿੱਛੇ ਲੱਗ
ਖਿੱਚੀ ਦਿਲਾਂ 'ਚ ਲਕੀਰ ਐ
ਨਾ ਹੀ ਕੋਈ ਅਹਿਸਾਸ
ਨਾ ਬਾਕੀ ਮਿਹਰਬਾਨੀ ਐ
ਲੱਗਣ ਸੋਹਣੇ ਜਿਹੇ ਚਿਹਰੇ
ਜਾਪੇ ਸਭ 'ਚ ਸ਼ੈਤਾਨੀ ਐ
ਦੂਰ-ਦੁਰਾਡੇ ਬੈਠੇ ਸੱਜਣ
ਅੱਜ ਲੱਗਣ ਨੇੜ-ਨੇੜ ਨੇ
ਪਰ ਆਪਣੇ ਭਾਈਚਾਰੇ ਨਾਲ
ਦਿਲਾਂ ਵਾਲੇ ਭੇੜ ਨੇ
ਈਰਖਾ ਦੀ ਹੱਦ
ਨਾਮ ਟੁੱਟਣ ਦਾ ਨਾ ਲੈਂਦੀ ਐ
ਮਾਸੂਮੀਅਤ ਤੇ ਸੁੰਦਰਤਾ ਦਾ ਮੁੱਲ
ਕੱਲੀ ਸ਼ੌਹਰਤ ਨਾਲ ਲਾਉਂਦੀ ਐ
ਕਾਹਦਾ ਇਹ ਦੌਰ
ਜੀਹਦਾ ਸਾਊਪੁਣਾ ਕੋਈ ਨਾ
ਕੱਲੀ ਮਾਇਆ ਦੀ ਹੀ ਖੇਡ
ਕੋਈ ਰੁੱਤ, ਰੂਹ ਦੀ ਵੀ ਹੋਵੇ ਨਾ।

ਮਾਪੇ

ਇਨਸਾਨ ਬਦਲਦੇ
ਇਨਸਾਨ ਦਾ ਪਹਿਰਾਵਾ ਬਦਲਦਾ
ਸੋਚ ਬਦਲਦੀ
ਨਾਲ ਨਾਮ ਬਦਲਦਾ
ਕੁਝ ਲੋਕ ਬਦਲਦੇ
ਕੁਝ ਕੰਮ ਬਦਲਦੇ
ਕੁਝ ਦਿਖਾਵਾ
ਤੇ ਕੁਝ ਹਿਸਾਬ ਬਦਲਦਾ
ਇੱਥੇ ਸਭ ਬਦਲਦਾ
ਬਸ ਇੱਕ ਮਾਪਿਆਂ ਦਾ ਨਾ
ਪਿਆਰ ਬਦਲਦਾ।

ਅੱਜ ਦਾ ਜੱਟ

ਕਰਜ਼ੇ ਦੀ ਪੰਡ
ਨਾਲ ਉਧਾਰ ਸ਼ਾਹੂਕਾਰਾਂ ਦਾ
ਧੀਆਂ ਦੇ ਵਿਆਹ
ਕੁਝ ਧੱਕਾ ਸਰਕਾਰਾਂ ਦਾ
ਰਾਖਵਾਂ ਉਹ ਕੋਟਾ
ਜੋ ਹੈ ਨੀ ਕੱਲੇ ਜੱਟਾਂ ਨੂੰ
ਨੌਕਰੀਆਂ ਦੀ ਭਾਲ
ਮਾਰ ਪਾਉਂਦੀ ਉਹਦੇ ਪੁੱਤਾਂ ਨੂੰ
ਨਸ਼ਿਆਂ ਦਾ ਹੜ੍ਹ
ਖਾਈ ਜਾਂਦਾ ਉਹਦੀਆਂ ਕੁੱਲਾਂ ਨੂੰ
ਬੈਕਾਂ ਦੀਆਂ ਲਿਮਟਾਂ
ਵਿਕਾਉਦੀਆਂ ਉਹਦੇ ਸੰਦਾਂ ਨੂੰ
ਬੇਵਸੀ ਦੀ ਹੱਦ
ਹੁਣ ਜ਼ਮੀਨ ਜੱਦੀ ਬੋਲਦੀ
ਜਿੱਥੇ ਕੱਟ-ਕੱਟ ਕਲੋਨੀਆਂ
ਅੱਜ ਕਿਸਾਨੀ ਉਹਦੀ ਰੋਲਤੀ।

ਸੁੰਦਰਤਾ

ਤਾਰੀਫ਼ ਸੁੰਦਰਤਾ ਦੀ ਕੀਤੀ
ਤਾਂ ਕੀ ਕੀਤੀ
ਜੇ ਸੋਚ-ਵਿਚਾਰਾਂ ਤੋਂ ਵੀ
ਕੋਈ ਨੁਹਾਰੇ ਨਾ,

ਦਿਖਾਵਾ ਰੂਪ ਦਾ ਕੀਤਾ
ਤੇ ਕੀ ਕੀਤਾ
ਜੇ ਸ਼ਿੰਗਾਰ
ਸੰਸਕਾਰਾਂ ਤੋਂ ਹੀ ਕੋਈ ਪਛਾਣੇ ਨਾ।

ਸਮੇਂ ਦੀ ਜ਼ੰਜ਼ੀਰ

ਮਰੇ ਹੋਏ ਜ਼ਮੀਰ
ਕੀ ਜਗਾਉਣਗੇ ਜਵਾਨਾਂ ਨੂੰ
ਟੁੱਟੇ ਹੋਏ ਦਿਲ
ਕੀ ਚਲਾਉਣਗੇ ਕਿਰਪਾਨਾਂ ਨੂੰ
ਜ਼ਮਾਨੇ ਦੀ ਦਬੋਚ
ਕਿੱਥੋਂ ਉੱਠਣ ਦੇਊ ਸਿੱਖਾਂ ਨੂੰ
ਮਾਸੂਮੀਅਤ ਦੇ ਇਹ ਚਿਹਰੇ
ਕਿੱਥੋਂ ਮਾਤ ਪਾਉਣ ਨੰਗਾਂ ਨੂੰ
ਡੇਰਿਆਂ ਦਾ ਆਦੀ
ਕੀ ਜਾਣੂ ਗੁਰੂ ਗ੍ਰੰਥਾਂ ਨੂੰ
ਕੁੰਡਲੀ ਦੇ ਪੱਤਰੇ
ਕੀ ਮਾਰੂ ਜਰਨੈਲ ਸੰਤਾਂ ਨੂੰ
ਦਬੀ ਹੋਈ ਸਰਕਾਰ
ਕਿੱਥੋਂ ਛੱਡੂ ਜੇਲ ਸਿੱਖਾਂ ਨੂੰ
ਨਸ਼ਿਆਂ ਦਾ ਕੋਹੜ
ਕਿੱਥੋਂ ਬਖਸ਼ੂ ਸਾਨੂੰ ਲੱਖਾਂ ਨੂੰ
ਕੌਮ ਦਾ ਇਹ ਪਾੜੂ
ਕੀ ਕਰੂ ਪੂਰੀਆਂ ਮੰਗਾਂ ਨੂੰ
ਸਮੇਂ ਦੀ ਜ਼ੰਜ਼ੀਰ
ਕੀ ਬਦਲੂ ਪੰਜਾਬ ਰੰਗਾਂ ਨੂੰ।

ਸਮੇਂ ਦੇ ਰੰਗ-ਢੰਗ

ਸਾਂਝਾਂ ਬਗੈਰ ਘਰ ਨੇ ਅੱਜ ਹਨ ਟੁੱਟ ਚੱਲੇ
ਮਾਂਵਾਂ ਬਾਝੋਂ ਰਿਸ਼ਤੇ ਕਿੱਥੇ ਨਿਭਦੇ ਨੇ
ਵੀਰਾਂ ਸਿਰ ਸਰਦਾਰੀ ਆਪਣੀਆਂ ਪੱਗਾਂ ਦੀ
ਬਿਨ ਬਾਪੂ ਤੋਂ ਧੀ ਨੂੰ ਕਿੱਥੇ ਪੁੱਛਦੇ ਨੇ
ਪੇਕੇ ਘਰ ਵੀ ਸਜਦੇ ਕੱਲੇ ਮਾਪਿਆਂ ਨਾਲ
ਵੀਰਾਂ ਨਾਲ ਨੇ ਰਿਸ਼ਤੇ ਫਿੱਕੇ ਪੈ ਜਾਂਦੇ
ਜਦ ਵੰਡ ਹੁੰਦੀ ਐ ਜ਼ੱਦੀ ਉਸ ਜ਼ਮੀਨਾਂ ਦੀ
ਫਿਰ ਖ਼ੂਨ ਦੇ ਰਿਸ਼ਤੇ, ਪਾਣੀ ਬਣ ਹਨ ਬਹਿ ਜਾਂਦੇ।

ਸੱਚਾਈ-੧

ਸਿਆਸਤ ਧਰਮ ਦੇ ਨਾਂ 'ਤੇ
ਅੱਜ ਆਮ ਹੋ ਗਈ
ਇਨਸਾਨੀਅਤ ਪੈਸੇ ਦੇ ਦਮ 'ਤੇ
ਕੁਝ ਖਾਸ ਹੋ ਗਈ
ਸ਼ੋਹਰਤ ਸਮਾਜ ਦੇ ਨਾਂ 'ਤੇ
ਅੱਜ ਦਿਖਾਵਾ ਹੋ ਗਈ
ਸੱਚਾਈ ਹੱਕ ਦੇ ਨਾਂ 'ਤੇ
ਕੁਝ ਪਖੰਡ ਹੋ ਗਈ
ਖੂਬਸੁਰਤੀ ਰੂਹ ਨੂੰ ਛੱਡ
ਅੱਜ ਜਿਸਮ ਹੋ ਗਈ
ਇੱਜ਼ਤ ਗਰੀਬ ਨੂੰ ਛੱਡ
ਕੁਝ ਅਮੀਰ ਹੋ ਗਈ।

ਸੱਚਾਈ–੨

ਹਕੀਕਤ ਸੱਚ ਦਾ ਪੱਲੜਾ
ਛੱਡ ਚੱਲੀ ਅੱਜ
ਦੇਖ ਝੂਠ ਬਜ਼ਾਰ ਵਿੱਚ
ਵੱਧ ਵਿੱਕਦਾ,
ਮਾਂ ਸਿੱਖੀ ਮੋਹ
ਤਿਆਗ ਗਈ ਅੱਜ
ਦੇਖ ਪੁੱਤ ਟੋਪੀ ਵਿੱਚ
ਵੱਧ ਜੱਚਦਾ।

ਵੀਰ ਰਿਸ਼ਤੇ ਸਭ
ਭੁਲਾ ਗਿਆ ਅੱਜ
ਦੇਖ ਲਾਲਚ ਜ਼ਮੀਨ ਵਿੱਚ
ਵੱਧ ਦਿੱਖਦਾ,
ਭੈਣ ਇੱਜ਼ਤ ਪੱਗ ਦੀ
ਰੋਲਗੀ ਅੱਜ
ਦੇਖ ਹੁਸਨ ਕਿਸੇ ਵਿੱਚ
ਵੱਧ ਦਿਸਦਾ।

ਕਿਹੜੇ ਸਮਾਜ ਦੀ ਗੱਲ ਕਰਾਂ?

ਸਮਾਜ
ਸਮਾਜ
ਸਮਾਜ!
ਕਿਹੜਾ ਸਮਾਜ?
ਜਿਸ ਦੀਆਂ ਜੜ੍ਹਾਂ ਬੇਬੁਨਿਆਦੀ ਨੇ
ਜਿਸਦੀ ਨੀਂਹ ਘੁਣ ਲੱਗੀ
ਲੱਕੜ ਤੋਂ ਵੀ ਖੋਖਲੀ ਹੈ।

ਜਿਸਦੀ ਹੱਦ
ਇੱਕ ਨਾ ਮੁੱਕਣ ਵਾਲੇ
ਸਮੁੰਦਰ ਦੀ ਤਰ੍ਹਾਂ ਹੈ।

ਜਿਸਦੀ ਸਰਹੱਦ
ਪਤਾ ਨਹੀਂ ਕਿੰਨਿਆਂ ਦੀਆਂ
ਲਾਸ਼ਾਂ ਵਿਛਾ ਕੇ ਬਣੀ ਹੈ।
ਜਿਸਦੀ ਅਸਲੀਅਤ
ਸੱਚ ਨੂੰ ਛੱਡ
ਇੱਕ ਦਿਖਾਵਾ ਬਣਾ ਦਿੱਤੀ ਗਈ ਹੈ।

ਨਸ਼ਾ

ਕੀਹਦੀ ਖੈਰ ਮੰਗਾਂ ਮੈਂ ਰੱਬ ਕੋਲੋਂ
ਜੀਹਨੇ ਅੱਖੀਓਂ ਨੀਰ ਸੁਕਾ ਛੱਡੇ
ਪੰਜਾਬ ਖੜ੍ਹਾ ਖਲੋਤਾ ਦੇਖ ਰਿਹਾ
ਜਿੱਥੇ ਭਰੀ ਜਵਾਨੀ 'ਚ ਪੁੱਤ ਨੇ ਛੱਡ ਚੱਲੇ,

ਕਿਉਂ ਦੇਸ਼ ਮੇਰੇ ਦੀਆਂ ਕੰਧਾਂ ਓਹ
ਅੱਜ ਵਿਰਲਾਪ ਕਰਦੀਆਂ ਪੁੱਤਾਂ ਦਾ
ਕਿਉਂ ਮਾਂਵਾਂ ਦੀਆਂ ਓਹ ਚੁੰਨੀਆਂ ਛੱਡ?
ਅੱਜ ਚੁੰਮਦੇ ਸਿਰ ਨੇ ਸੱਪਾਂ ਦਾ।

ਪੈਸਾ

ਇਹ ਪੈਸੇ ਦੀ ਦੁਨੀਆਂ
ਕੱਲਾ ਮਾਣ ਪੈਸੇ ਦਾ ਕਰਦੀ
ਪੈਸਾ ਪੈਸਾ ਹਰ ਕੋਈ ਕਰਦਾ
ਜਾਵੇ ਪੈਸੇ ਪਿੱਛੇ ਹੀ ਮਰਦੀ
ਰਿਸ਼ਤੇ ਭੁੱਲ ਸਭ ਪੈਸੇ ਖਾਤਿਰ
ਇੱਥੇ ਕੋਈ ਨਾ ਕਿਸੇ ਦਾ ਹਰ ਜੀ
ਕੌਣ ਰੁਕਦਾ ਹੈ ਅੱਜ ਕੱਲ ਕਿਸੇ ਲਈ
ਜਿੱਥੇ ਚੱਲੇ ਕੱਲੇ ਪੈਸੇ ਦੀ ਮਰਜ਼ੀ।

ਮਾਇਆ ਦੇ ਹੀ ਚੱਕਰ ਇਹ ਸਭ
ਦੇਖ ਕਿਵੇਂ ਹੈ ਸਾਨੂੰ ਨਚਾਉਂਦੇ
ਮਾਂ ਬਾਪ ਭੁੱਲ ਸਭ ਪੈਸੇ ਖਾਤਿਰ
ਇਹ ਨੋਟ ਜ਼ਮੀਰ ਵੀ ਸਾਡਾ ਵਿਕਾਉਂਦੇ
ਦੇਖੀ ਚੱਲ ਇਨਸਾਨਾ ਤੂੰ ਇਹ
ਤੈਨੂੰ ਜਾਲ ਹੈ ਐਸਾ ਪਾਉਨਾ
ਲੱਖ ਚੌਰਾਸੀ ਦਾ ਇਹ ਚੱਕਰ ਤੇਥੋਂ
ਕੱਲੀ ਮਾਇਆ ਨਾਲ ਟੱਪ ਨੀ ਹੋਣਾ।

ਰਿਸ਼ਤੇ

ਨਾ ਹੀ ਹੁਣ ਓਹ ਰਿਸ਼ਤੇ ਰਹਿ ਗਏ
ਨਾ ਹੀ ਰਿਸ਼ਤੇਦਾਰੀਆਂ
ਨਾ ਹੀ ਹੁਣ ਓਹ ਟੱਬਰ ਰਹਿ ਗਏ
ਨਾ ਹੀ ਸਾਂਝੇਦਾਰੀਆਂ
ਨਾ ਹੀ ਹੁਣ ਓਹ ਨਾਨਕੇ ਰਹਿ ਗਏ
ਨਾ ਹੀ ਦਾਦਕੇਦਾਰੀਆਂ
ਨਾ ਹੀ ਖੁੱਲ੍ਹੇ-ਵਿਹੜੇ ਰਹਿ ਗਏ
ਬਸ ਬੰਦ ਨੇ ਸ਼ੀਸੇ ਬਾਰੀਆਂ
ਇੱਕ ਉੱਪਰੋਂ-ਉੱਪਰੋਂ ਰਿਸ਼ਤੇ ਰਹਿ ਗਏ
ਦਿਲ ਵਿੱਚੋਂ ਮੁੱਕ ਗਈਆਂ ਯਾਰੀਆਂ।

ਸਮੇਂ ਦਾ ਬਦਲਾਅ

ਕਿਸੇ ਨੂੰ ਦਿਖਦਾ
ਤੇ ਕਿਤੇ ਕੋਈ ਦੇਖਣਾ ਹੀ ਨਹੀਂ ਚਾਹੁੰਦਾ,

ਮੇਰੇ ਪੰਜਾਬ ਦਾ ਬਦਲਾਅ?
ਜਿਸ ਦੀ ਵਿਆਖਿਆ,
ਉਥੋਂ ਦੇ ਪਿੰਡ ਤੇ ਸ਼ਹਿਰ ਬਾਖੂਬੀ ਕਰਦੇ ਨੇ।

ਕਿਤੇ ਕਿਸੇ ਨੂੰ ਸਿਰ ਦਾ ਜੁੜਾ ਭਾਰ ਲੱਗ ਰਿਹਾ
ਤੇ ਕਿਤੇ ਕਿਸੇ ਨੂੰ ਕੀਤੀ ਲੰਬੀ ਗੁੱਤ।
ਕਿਸੇ ਦੇ ਮਾਪੇ ਔਲਾਦ ਹੋਕੇ ਵੀ ਬੇਔਲਾਦ ਨੇ,
ਤੇ ਕਿਤੇ ਪਰ-ਇਸਤ੍ਰੀ ਪਰ-ਮਰਦ ਦਾ ਗਮਨ
ਜਵਾਨੀ ਦੀਆਂ ਜੜ੍ਹਾਂ ਵਿੱਚ ਘੁਣ ਲਾਕੇ ਬੈਠ ਗਿਆ।

ਕਿਤੇ ਰਿਸ਼ਤੇ ਸੱਚ ਤੋਂ ਵੱਧ ਝੂਠ ਲੱਗ ਰਹੇ
ਤੇ ਕਿਤੇ ਭਾਈ-ਭਾਈ ਜ਼ਮੀਨ ਲਈ ਵਿਰੋਧ ਕਰ ਰਹੇ।
ਕਿਤੇ ਮਾਂਵਾਂ ਪਾਣੀ ਲਈ ਪੁੱਤਾਂ ਨੂੰ ਤਰਸ ਰਹੀਆਂ
ਤੇ ਕਿਤੇ ਪੁੱਤ ਨਸ਼ਿਆਂ ਲਈ ਟੀਕਿਆਂ ਨੂੰ।

ਕਿਤੇ ਕੁੜੀਆਂ ਬਲਾਤਕਾਰ ਦਾ ਸ਼ਿਕਾਰ ਹੋ ਰਹੀਆਂ
ਤੇ ਕਿਤੇ ਸਹੁਰਿਆਂ ਕੋਲੋਂ ਨਾ ਅਪਣਾਉਣ ਦਾ।
ਕਿਤੇ ਕੌਮ 'ਚ ਪੈਸੇ ਦਾ ਦਿਖਾਵਾ ਹੋ ਰਿਹਾ
ਤੇ ਕਿਤੇ ਸ਼ੌਹਰਤਬਾਜ਼ੀ ਲਈ ਖ਼ੂਨ ਖਰਾਬੇ ਦਾ।

ਕਿਤੇ ਧਰਮ ਨੂੰ ਲੈਕੇ ਨਾਹਰੇ ਲੱਗੀ ਜਾਂਦੇ ਨੇ
ਤੇ ਕਿਤੇ ਲੀਡਰਾਂ ਤੋਂ ਤੰਗ ਆਏ, ਕਿਸਾਨ ਫਾਹੇ ਲੱਗੀ ਜਾਂਦੇ ਨੇ।
ਕੋਈ ਬਦਲਾਅ ਦੇ ਗੁਣ ਗਾ ਰਿਹਾ
ਤੇ ਕਿਤੇ ਕੋਈ ਸੱਭਿਅਤਾ ਕਾਇਮ ਕਰਨ ਦੇ।
ਕੋਈ ਪੰਜਾਬ ਨੂੰ ਪੰਜਾਬ ਰੱਖਣ ਦੇ
ਤੇ ਕਿਤੇ ਕੋਈ ਇਸਨੂੰ ਵਿਦੇਸ਼ ਬਨਾਉਣ ਦੇ।

ਦੁਨੀਆਂ

ਕਿਹੜੀ ਦੁਨੀਆਂ?
ਕਿਹੜਾ ਸੰਸਾਰ?
ਜਿਸਦੀ ਅਕਲ ਟਿਕਾਣੇ ਲੱਭੇ ਨਾ
ਮਾਂ-ਬਾਪ ਇੱਥੇ ਰੁਲਣ ਬਜ਼ਾਰਾਂ
ਪੁੱਤ ਲਤ ਨਸ਼ਿਆਂ ਦੀ ਛੱਡੇ ਨਾ।

ਕਿਹੜੀ ਮਮਤਾ?
ਕਿਹੜਾ ਪਿਆਰ?
ਜਿਸਦੀ ਧੀ ਵਿਚਾਰੀ ਰੁਲਦੀ ਹੈ
ਕੁੱਖਾਂ ਵਿੱਚੋਂ ਕੱਢਕੇ ਸੁੱਟਣ
ਇੱਥੇ ਭਰੂਣ ਮਿੱਟੀ ਵਿੱਚ ਮਿਲਦੀ ਹੈ।

ਕਿਹੜਾ ਸਮਾਜ?
ਕਿਹੜੇ ਰਿਵਾਜ਼?
ਜਿਸ ਵਿੱਚ ਦਾਜ ਦੀ ਭੁੱਖ ਨਾ ਮਿੱਟਦੀ ਹੈ
ਸ਼ੋਹਰਤ, ਦਿਖਾਵਾ ਨਾ ਮੁੱਕੇ ਜਿੱਥੇ
ਤੇ ਕੱਲੇ ਪੈਸੇ ਨਾਲ ਇੱਜ਼ਤ ਮਿਲਦੀ ਹੈ।

ਪੰਜਾਬੀ

ਕਿਉਂ ਮੰਨਣ ਅੱਜ ਉਸਨੂੰ ਨੀਵਾਂ
ਜੋ ਪੰਜਾਬੀ ਠੇਠ ਵਿੱਚ ਜਿਉਂਦਾ ਹੈ
ਕਿਉਂ ਪੰਜਾਬੀ! ਓਹ ਪੰਜਾਬ ਦਾ ਵਾਰਿਸ
ਅੱਜ ਪੰਜਾਬੀ ਪੜ੍ਹ ਨਹੀਂ ਪਾਉਂਦਾ ਹੈ?
ਦੇਖੋ-ਦੇਖੀ! ਰੁੱਤਬੇ ਬਦਲਣ
ਦੇਖ ਕਿਸੇ ਹੋਰ ਬੋਲੀ ਨੂੰ
ਕਿਉਂ ਅੰਗਰੇਜ਼ੀ ਅੱਜ ਹਾਵੀ ਹੋ ਗਈ
ਦੱਬ ਮੇਰੀ ਹੀ ਮਾਂ ਬੋਲੀ ਨੂੰ?
ਛੋਟੇ-ਛੋਟੇ ਬੋਚਿਆਂ ਤਾਈਂ
ਅੱਜ ਅਲਫਾਜ਼ ਨਾ ਆਪਣੀ ਭਾਸ਼ਾ ਦੇ
ਗਿਆਨ ਤਾਂ ਅੱਜ-ਕੱਲ ਹਰ ਕੋਈ ਵੰਡਦਾ
ਪਰ ਅਪਣਾਉਂਦਾ ਕੋਈ-ਕੋਈ ਆਪਣੇ 'ਤੇ
ਕਾਹਦੀ ਓਹ ਆਕੜ
ਤੇ ਕਾਹਦਾ ਅਕੜੇਵਾਂ ਹੋਰ ਭਾਸ਼ਾ ਦਾ
ਕੀ ਹੋਇਆ? ਜੇ ਕੱਲੀ ਆਉਂਦੀ ਐ ਪੰਜਾਬੀ
ਮਤਰੇਈ ਮਾਂ ਨੇ ਵੀ ਕਦੇ,
ਸਥਾਨ ਆਪਣੀ ਦਾ ਪਾਇਆ ਆ?

ਪੰਜਾਬੀ ਕੋਈ ਸ਼ਰਮ ਨਹੀਂ
ਤੇ ਅੰਗਰੇਜ਼ੀ ਕੋਈ ਅਹੁਦਾ ਨਹੀਂ।

੧੯੮੪

ਕੀ ਲਿਖਾਂ ਮੈਂ ਤੇਰੇ ਵਾਰੇ ਦਿੱਲੀਏ
ਕਿਵੇਂ ਦਰਦ ਤੇਰਾ ਬਿਆਨ ਕਰਾਂ
ਮੇਰੀ ਕਲਮ ਵੀ ਲਿਖਣੋਂ ਛੋਟੀ ਪੈਂਦੀ
ਇਹ ਸਾਰੀ ਲਿਖਤ ਤੈਨੂੰ ਕੁਰਬਾਨ ਕਰਾਂ।

ਨਾ ਭੁੱਲਣਾ ਸਾਨੂੰ ਕਦੇ ਚੌਰਾਸੀ
ਨਾ ਕੀਤੀ ਬਦਨਾਮੀ ਹੀ ਭੁੱਲ ਹੋਣੀ
ਓਹ ਮਾਂਵਾਂ ਭੈਣਾਂ ਦੀ ਬਲੀ ਨੀ ਭੁੱਲਣੀ
ਨਾ ਤੌਹੀਨ ਪੱਟੀ ਹੋਈ ਦਾਹੜੀ ਦੀ ਭੁੱਲ ਹੋਣੀ।

ਇੱਜ਼ਤ ਰੋਲੀ ਤੇਰੀ ਦਿੱਲੀਏ
ਸਨੇ ਸਿੱਖ ਵੀ ਤੇਰੇ ਨਾਲ ਰੁਲੇ
ਕਿਵੇਂ ਭੁੱਲੀਏ ਓਹ ਅੱਗ ਦੀਆਂ ਲਾਟਾਂ
ਟਾਇਰ ਗਲਾਂ 'ਚ ਪਵਾ ਸਿੱਖ ਬਲੀ ਚੜੇ।

ਨਾ ਭੁੱਲਣੀ ਕੀਤੀ ਇਨਸਾਨੀਅਤ ਨੰਗੀ
ਕਿਵੇਂ ਭੁੱਲੀਏ ਓਹ ਸਿੱਖ ਘੜੀਸੇ
ਕਈ ਮਾਂਵਾਂ ਦੇ ਸੀ ਸਾਈਂ ਰੋਲਤੇ
ਨਾ ਭੁੱਲਣ ਜੋਗ ਨੇ ਚੌਰਾਸੀ ਦੇ ਕਿੱਸੇ।

ਨਾ ਮਿਲਿਆ ਤੈਨੂੰ ਇਨਸਾਫ ਦਿੱਲੀਏ
ਚਾਹੇ ਰਾਜਧਾਨੀ ਕਹਿਲਾਉਨੀ ਏ
ਤੇਰੇ ਦਰਦ ਦਾ ਅਹਿਸਾਸ ਹੈ ਸਭ ਨੂੰ
ਪਰ ਸਿੱਖ ਕਿਵੇਂ ਸੀ ਰੋਲੇ
ਇੱਕ ਤੂੰ ਜਾਣਦੀ ਏਂ!!

ਸਰਬੰਸਦਾਨੀ

ਲੱਖ-ਲੱਖ ਪ੍ਰਣਾਮ ਕਰਾਂ
ਨਾਲ ਸ਼ੁਕਰ ਕਰਾਂ ਹਜ਼ਾਰ
ਅੱਜ ਤੁਹਾਡੇ ਕਰਕੇ ਹੀ
ਸਿੱਖ ਕਹਾਉਂਦੇ ਨੇ ਸਰਦਾਰ।
ਸਾਰਾ ਸਰਬੰਸ ਵਾਰ ਦਿੱਤਾ
ਸਣੇ ਕੌਮ ਦੇ ਚਾਰੇ ਪੁੱਤਰ
ਪਹਿਲਾਂ ਪਿਤਾ ਵਾਰ ਦਿੱਤੇ
ਇੱਕ ਚਾਦਰ ਹਿੰਦ ਦੀ ਖਾਤਿਰ।
ਮਾਤਾ ਗੁਜ਼ਰ ਕੌਰ ਜੀ ਨੇ
ਜਿੰਨ੍ਹਾ ਸੁੀ ਨਾ ਕੱਢੀ ਜ਼ਰਾ ਸੀ
ਠੰਡੇ ਬੁਰਜ 'ਚ ਪੋਤਰਿਆਂ ਨਾਲ
ਕੱਟੀਆਂ ਪੋਹ ਦੀਆਂ ਰਾਤਾਂ ਸੀ।
ਅਜੀਤ ਜੁਝਾਰ ਵਾਰ ਦਿੱਤੇ
ਦੋ ਅੱਖਾਂ ਸੀ ਜੋ ਤੁਹਾਡੀਆਂ
ਨਿੱਕੀ ਉਮਰੇ ਭੇਜ ਦਿੱਤੇ
ਓਹ ਜੰਗ ਚਮਕੌਰ ਦੀਆਂ ਗੜ੍ਹੀਆਂ।
ਕਿਵੇਂ ਗੰਗੂ ਵੀਸਾਰ ਦਈਏ
ਜੋ ਵਿਕਿਆ ਨਹੀਂ ਸੀ ਕੌਡੀ
ਓਹ ਟੋਡਰ ਮੱਲ ਹੀ ਸੀ
ਜੀਹਨੇ ਕੀਮਤ ਲਾਈ ਸੀ ਵੱਡੀ।
ਜ਼ੋਰਾਵਰ ਫਤਹਿ ਜਿੱਤਾ ਦਿੱਤੇ
ਉਸ ਵਜ਼ੀਰ ਖਾਨ ਤੋਂ ਆਪੇ
ਸਿੱਖ ਧਰਮ ਬਚਾਉਣ ਲਈ
ਨੀਹਾਂ ਵਿੱਚ ਚਿਣਵਾ ਦਿੱਤੇ।

ਹਾਲਾਤ

ਸੂਰਜ ਚੜ੍ਹਦੇ ਸਾਰ ਹੀ
ਲੰਘ ਜਾਂਦੀ ਰਾਤ ਹੈ ਕਾਲੀ
ਕਿਹੜੇ ਵਕਤ ਦੀਆਂ ਅਸੀਂ ਗੱਲਾਂ ਕਰਦੇ
ਜੀਹਨੇ ਬਣਾਏ ਰਾਜੇ ਵੀ ਨੇ ਭਿਖਾਰੀ
ਉਮਰ ਤਜ਼ਰਬੇ ਵੱਧਦੇ ਰਹਿੰਦੇ
ਕਈ ਹੋ ਜਾਂਦੇ ਆਪ ਸਿਆਣੇ
ਵਕਤ ਪਏ 'ਤੇ ਕੌਣ ਨੀ ਕਰਦਾ
ਕਿਹੜਾ ਮਰ ਜਾਂਦੇ ਅਨਾਥ ਨਿਆਣੇ
ਅਮੀਰੀ ਗਰੀਬੀ ਚਲਦੀ ਰਹਿੰਦੀ
ਕਈ ਰੱਬ-ਮਾਰ ਪਈ 'ਤੇ ਹੰਢ ਜਾਂਦੇ
ਜਦੋਂ ਔਲਾਦ ਨਾ ਨਿਕਲੇ ਆਪਣੀ ਚੰਗੀ
ਮਾਪੇ ਜਿਉਂਦੇ ਜੀਅ ਨੇ ਮਰ ਜਾਂਦੇ
ਸ਼ਾਇਦ ਸਮਾਂ ਨਾ ਅੱਜ ਤੇਰੇ ਹੱਕ 'ਚ ਹੋਵੇ
ਪਰ ਇੱਕ ਰੁੱਤੋਂ, ਦੂਜੀ ਰੁੱਤ ਆਉਂਦੀ
ਬਸ ਦੇਖੀ ਚੱਲ ਤੂੰ 'ਜੋਤ' ਇੱਥੇ ਖੜ੍ਹ
ਜਵਾਨੀ ਕਿਵੇਂ ਹੈ ਢਲਦੀ ਜਾਂਦੀ।

ਅਜ਼ਾਦੀ

ਓਹੀ ਕੁਰਸੀ ਦੀ ਭੁੱਖ
ਓਹੀ ਨੰਗਾਂ ਦੇ ਹੀ ਢਿੱਡ ਨੇ
ਨਾਲ ਨਸ਼ੇ ਦੀਆਂ ਬੇੜੀਆਂ
ਜੋ ਖਾ ਗਈਆਂ ਅੱਧੇ ਪਿੰਡ ਨੇ
ਕੀ ਸਿਆਸਤ ਨੇ ਹੀ ਖੱਟਿਆ
ਨਾ ਬਦਲਿਆ ਪੰਜਾਬ ਨੂੰ
ਕਿਉਂ ਦੋ ਹਿੱਸਿਆਂ 'ਚ ਵੰਡਿਆ
ਫੇਰ ਅੰਬਰਸਰ ਤੇ ਲਾਹੌਰ ਨੂੰ?
ਗਦਾਰੀ ਦਾ ਓਹ ਖੂਨ
ਅੱਜ ਸਰਕਾਰਾਂ ਵਿੱਚ ਘੁਲਤਾ
ਕਿਹੜੀ ਅਜ਼ਾਦੀ ਨੂੰ ਮੈਂ ਪੁੱਛਾਂ?
ਜੀਹਨੇ ਪੰਜਾਬ ਮੇਰਾ ਰੋਲਤਾ।

ਅੰਧਵਿਸ਼ਵਾਸ਼

ਕਈ ਬੱਕਰੇ ਦੀ ਬਲੀ ਚੜਾਉਂਦੇ
ਕਈ ਸੂਰ ਨੂੰ ਕਰਨ ਮਨਾਹੀ ਜੀ
ਕਿਤੇ ਗਊ ਪੂਜਣ ਇੱਕ ਮਾਤਾ ਵਾਂਗ
ਤੇ ਕਿਤੇ ਸੱਪ ਲਈ ਬਨਣ ਪੁਜਾਰੀ ਜੀ

ਕਿਤੇ ਧਾਗੇ ਤਵੀਤ ਬੰਨਦੇ ਨੇ
ਕਈ ਮੂਰਤੀਆਂ ਨੂੰ ਪੂਜਦੇ ਆ
ਕਿਤੇ ਪਿੱਪਲ ਨੂੰ ਵੀ ਮੱਥੇ ਟੇਕਣ
ਕਈ ਮਟੀਆਂ ਨਾਲ ਵੀ ਜੁੜਦੇ ਆ

ਕਿਤੇ ਸੂਰਜ-ਚੰਦ ਨੂੰ ਕਰਨ ਸਲਾਮਾਂ
ਕਈ ਨਗ ਮੁੰਦੀਆਂ ਬਣਵਾਉਂਦੇ ਆ
ਤੇਰੇ ਨਾਮ 'ਤੇ ਰੱਬਾ ਲੋਕੀਂ ਦੇਖ
ਕੀ ਕੀ ਢੋਂਗ ਰਚਾਉਂਦੇ ਆ।

ਜ਼ਿੰਦਗੀ ਦੇ ਪੜਾਅ

ਰੀਤਾਂ ਪੁਰਾਣੀਆਂ
ਸਦੀਆਂ ਤੋਂ ਆਉਂਦੀਆਂ
ਜੰਮਿਆਂ 'ਤੇ ਖੁਸ਼ੀ
ਨਾਲ ਲੋਹੜੀਆਂ ਲਿਆਉਂਦੀਆਂ
ਵਿਆਹਾਂ ਦੀ ਭੱਜ–ਨੱਠ
ਢੋਲ–ਗੀਤਾਂ ਵਿੱਚ ਲੰਘਦੀ
ਮਰਿਆਂ ਦਾ ਦੁੱਖ
ਮਕਾਣ ਵੈਣ ਪਾਕੇ ਮੰਗਦੀ।

ਭਗਤ ਸਿੰਘ

ਤੇਰੀ ਕੁਰਬਾਨੀ ਦਾ ਮੈਂ
ਕਿਵੇਂ ਮੁੱਲ ਚੁਕਾਵਾਂ
ਆਜਾ ਭਗਤ ਸਿਆਂ
ਤੈਨੂੰ ਤੇਰਾ ਪੰਜਾਬ ਦਿਖਾਵਾਂ।

ਇੱਥੇ ਬਹੁਤੇ ਅੱਜ ਸ਼ਰਾਬ 'ਚ ਧੁੱਤ
ਵੋਟਾਂ ਖਾਤਿਰ ਦੇਣ ਨਸ਼ੇ ਦੇ ਮੁੱਠ
ਪੱਟੀ ਜਾਣ ਲੋਕਾਂ ਦੇ ਪੁੱਤ
ਨਾਲ ਲਵਾਕੇ ਇੱਕ ਬੋਤਲ ਦੀ ਘੁੱਟ।

ਇੱਥੇ ਕਈ ਤਾਂ ਟੀਕੇ ਲਾਉਣ ਲੱਗ ਗਏ
ਪਊਆ ਅਧੀਆ ਚੜਾਉਣ ਲੱਗ ਗਏ
ਆਪਣੇ ਆਪ ਨੂੰ ਨਸ਼ੇ 'ਚ ਰੱਖਣ
ਅੱਜ ਚਿੱਟਾ ਲੱਗਿਆ ਜਵਾਨੀ ਪੱਟਣ।

ਸਭ ਮਿਲਦਾ ਹੈ ਇੱਥੇ ਆਮ ਜਿਹਾ
ਮੈਡੀਕਲਾਂ ਤੋਂ ਕੁਝ ਖਾਸ ਜਿਹਾ
ਅੱਧਾ ਪਿੰਡ ਅੱਜ ਆਦੀ ਹੋਇਆ
ਬਾਕੀ ਬਚਿਆ ਓਹ ਵੀ ਸੋਇਆ।

ਦੇਖਲੈ ਪੰਜਾਬ! ਵੱਸਦਾ ਕਿਹੜੇ ਰੰਗੀਂ
ਇੱਥੇ ਢਹਿ-ਢੇਰੀ ਹੋਗੀ, ਨਾਲ ਜਵਾਨੀ ਨੰਗੀ।

ਚੇਤਨਾ

ਬਚਪਨ

ਨਿੱਕੇ ਹੁੰਦਿਆਂ ਦੇ ਚਾਅ ਜਵਾਨੀ ਚੜ੍ਹਦੇ ਸਾਰ ਹੀ ਕਿੱਧਰੇ ਖੰਭ ਲਗਾਕੇ ਉੱਡ ਜਾਂਦੇ, ਮਾਨੋ ਜਿਵੇਂ ਕਬੂਤਰ ਆਪਣੇ ਹੀ ਪਿੰਜਰੇ 'ਚੋਂ। ਮਾਪਿਆਂ ਦੇ ਘਨੇੜੀ ਚੜ੍ਹਨਾ ਤੇ ਬਿਨ ਬਿਸਤਰ ਦੇਖੇ ਕਿਤੇ ਵੀ ਸੌਂ ਜਾਣਾ ਇੱਕ ਉਸ ਜ਼ਿੰਦਗੀ ਦਾ ਪ੍ਰਗਟਾਵਾ ਕਰਦੇ ਸੀ ਜਿਸਨੂੰ ਕੁਝ ਵੀ ਪਾਉਣ ਜਾਂ ਖੋਣ ਦਾ ਡਰ ਨਾ ਹੋਵੇ। ਓਹ ਸਾਫ ਦਿਲ ਜਿਸ ਵਿੱਚ ਨਾ ਕਿਸੇ ਤੋਂ ਅੱਗੇ ਨਿਕਲਣ ਦੀ ਕਾਹਲ ਤੇ ਨਾ ਕਿਸੇ ਨਾਲ ਈਰਖਾ ਦੀ ਗੋਜ, ਅੱਜ ਕਿੱਧਰੇ ਜਵਾਨੀ ਦੀਆਂ ਸਿਫਤਾਂ ਵਿੱਚ ਹੀ ਗਵਾਚ ਗਿਆ।

"ਭਾਰਾ ਬਸਤਾ ਤੇ ਓਹ ਸਕੂਲ
ਜੋ ਨਾਲ ਸੀ ਸਨ ਸ਼ਰਾਰਤਾਂ ਦੇ
ਅੱਜ ਪਿੱਛੇ ਰੁੱਲ ਗਈਆਂ ਯਾਦਾਂ ਓਹ
ਇਹ ਜਵਾਨੀ ਦੀਆਂ ਇਮਾਰਤਾਂ ਦੇ"

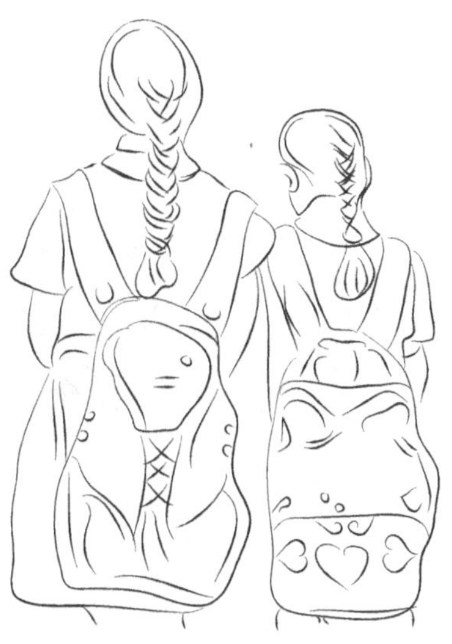

ਅੱਜ ਬਚਪਨ ਦੀ ਖੇਡ ਸਿਰਫ ਇੱਕ ਹੱਥੀਂ ਫੜੇ ਇਲੈਕਟ੍ਰਾਨਿਕਸ ਖਿਡੌਣੇ ਤੱਕ ਹੀ ਸੀਮਤ ਰਹਿ ਗਈ ਜਿਸਨੇ ਰਿਸ਼ਤਿਆਂ ਦੀ ਡੋਰ ਤਾਂ ਕੀ, ਬੱਚਿਆਂ ਦੇ ਬੋਲਣ-ਚਾਲਣ ਦੇ ਢੰਗ ਨੂੰ ਵੀ ਕਿੱਧਰੇ ਫਿੱਕਾ ਪਾ ਦਿੱਤਾ। ਬਦਲਦਾ ਯੁੱਗ, ਬਚਪਨ ਦੇ ਚਾਅ ਤੇ ਖੇਡਾਂ ਨੂੰ ਹਵਾ ਦੇ ਬੁੱਲੇ ਨਾਲ ਇੰਝ ਵਹਾ ਕੇ ਲਿਜਾ ਰਿਹਾ ਜਿਸਨੂੰ ਵਾਪਿਸ ਲਿਆਉਣ ਦੀ ਸ਼ਮਤਾ ਸ਼ਾਇਦ ਹੀ ਅੱਜ ਕਿਸੇ ਪੈਸੇ ਵਿੱਚ ਬੱਝੇ ਇਨਸਾਨ ਕੋਲ ਹੋਵੇ। ਕੁਦਰਤ ਦੀ ਤਬਦੀਲੀ ਕਰਦਾ ਇਨਸਾਨ ਅੱਜ ਖ਼ੁਦ ਕਿਤੇ-ਨਾ-ਕਿਤੇ ਬਚਪਨ ਨੂੰ ਖਤਮ ਕਰਨ ਵਿੱਚ ਭਾਗੀਦਾਰ ਬਣ ਰਿਹਾ ਹੈ।

"ਉਹ ਬੰਟੇ ਦੀਆਂ ਬੋਤਲਾਂ ਭਰੀਆਂ
ਕਿੱਥੇ ਗਵਾਚ ਗਈਆਂ ਇਸ ਉਮਰਾਂ 'ਚ,
ਇੱਕ ਡੰਡੇ ਨਾਲ ਸੀ ਟਾਇਰ ਭਜਾਉਣਾ
ਕਿਉਂ ਖੋ ਗਿਆ ਅਮੀਰੀ ਦੀਆਂ ਕਬਰਾਂ 'ਚ"

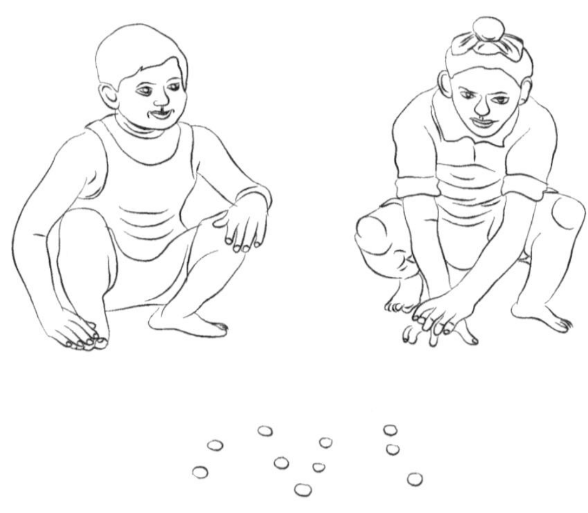

ਅਮੀਰਾਂ ਦੇ ਤਾਂ ਪੈਰ ਵੀ ਮਿੱਟੀ ਨੂੰ ਨਹੀਂ ਛੂੰਹਦੇ
ਤੂੰ ਖ਼ੁਸ਼ਨਸੀਬ ਹੈਂ
ਕਿ ਤੈਨੂੰ ਗਰੀਬੀ ਮਿਲੀ
ਘੱਟੋ-ਘੱਟ
ਤੂੰ ਆਪਣਾ ਬਚਪਨ ਤਾਂ ਮਿੱਟੀ 'ਚ ਗੁਜ਼ਾਰਿਆ
ਕਿਉਂਕਿ ਕਈ ਲੋਕਾਂ ਨੂੰ ਤਾਂ
ਆਪਣੀ ਮਿੱਟੀ ਹੀ ਨਸੀਬ ਨਹੀਂ ਹੁੰਦੀ।

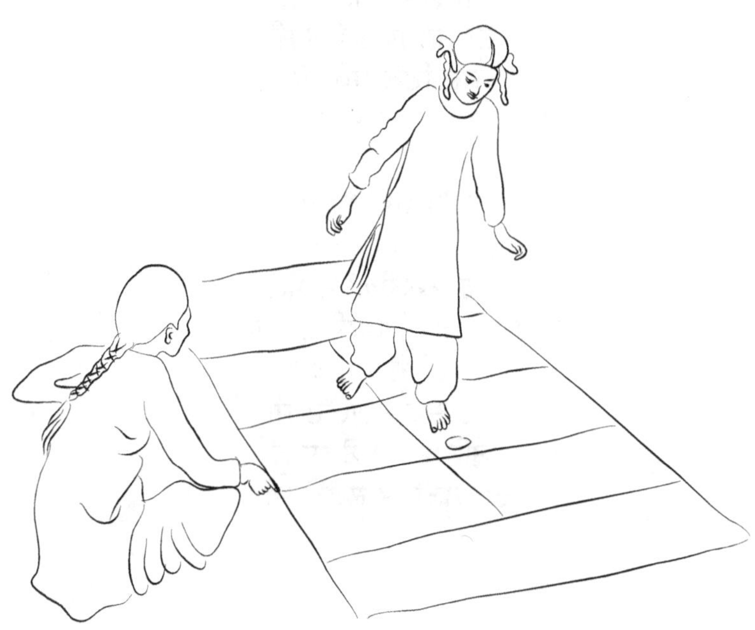

ਬਚਪਨ ਮੇਰੇ ਪੰਜਾਬੇ ਦਾ

ਓਹ ਕੱਚੇ ਜੇਹੇ ਘਰ
ਨਾ ਦਿਲ ਵਿੱਚ ਚੋਰ ਸੀ
ਨਾ ਬਹੁਤੀਆਂ ਉਮੀਦਾਂ
ਇੱਕ ਗਰੀਬੀ ਦਾ ਹੀ ਦੌਰ ਸੀ
ਦਿਲ ਵੀ ਸੀ ਸਾਫ
ਨਾ ਮਨ ਵਿੱਚ ਮੈਲ ਸੀ
ਜਦ ਇੱਕ ਪੱਖੇ ਥੱਲੇ
ਬਣਾਉਂਦੇ ਮੰਜਿਆਂ ਦੀ ਲਾਈਨ ਸੀ।

ਖੀਰ ਓਦੋਂ ਬਣਦੀ
ਜਦ ਦੀਵਾਲੀ ਹੁੰਦੀ ਖਾਸ ਸੀ
ਪਰ ਲੋਹੜੀਆਂ ਦੇ ਮੌਕੇ
ਨਾ ਹੁੰਦਾ ਗੁੜ-ਮੂੰਗਫਲੀ ਦਾ ਭਾਅ ਸੀ
ਮਿੱਟੀ ਦੇ ਓਹ ਘਰ
ਪੈਰ ਦੱਬ ਬਣਾਉਂਦੇ ਸੀ
ਬੰਟਿਆਂ ਦੀ ਬੋਤਲ ਨੂੰ
ਰੱਖ ਤੂੜੀ 'ਚ ਲਕੌਂਦੇ ਸੀ।

ਗਰਮੀ ਦੀਆਂ ਛੁੱਟੀਆਂ
ਪਿੰਡ ਨਾਨਕੇ ਮਨਾਉਂਦੇ ਸੀ
ਤਾਂਝ ਸੀਪ ਲਾਕੇ ਨਾਲ
ਦਿਓਰ ਭਾਬੀ ਵੀ ਬਣਾਉਂਦੇ ਸੀ
ਕੋਠੇ ਟੱਪ ਲੋਕਾਂ ਦੇ
ਪਤੰਗ ਵੀ ਉਡਾਉਂਦੇ ਸੀ
ਮਾਵਾ ਡੋਰ ਨੂੰ ਲਵਾਕੇ
ਬਸੰਤ ਪੰਚਵੀਂ ਮਨਾਉਂਦੇ ਸੀ।

ਗਰਮੀ ਦੀਆਂ ਜਾਮੁਣਾ
ਨਾਲ ਤੂਤੀਆਂ ਵੀ ਖਾਂਦੇ ਸੀ
ਓਹ ਲਾਲ ਛੋਟੇ ਜਿਹੇ ਬੇਰ
ਜੋ ਮਜ਼ਾ ਬੜਾ ਲਿਆਉਂਦੇ ਸੀ
ਹੋਲੀ ਖੇਡਣੀ ਸੀ ਹੁੰਦੀ
ਪਾਣੀ ਨਾਲੀਆਂ ਤੋਂ ਵੀ ਭਰਦੇ ਸੀ
ਇੱਕ ਬਚਪਨ ਹੀ ਤਾਂ ਸੀ
ਜਦ ਸਭ ਇੱਕ ਜੁੱਟ ਹੋਕੇ ਕਰਦੇ ਸੀ।

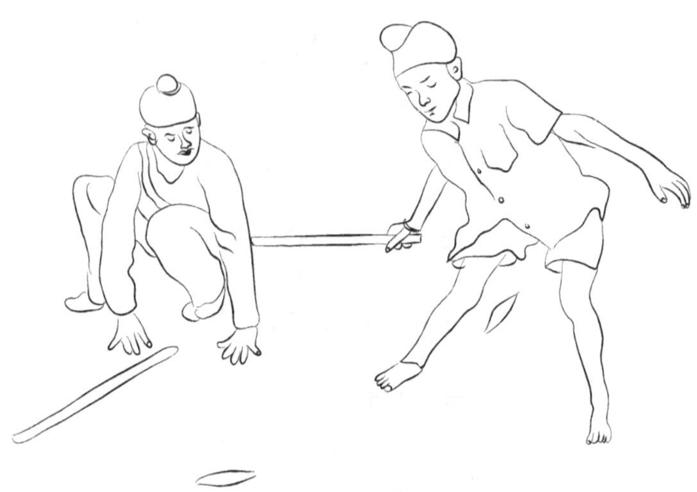

" ਜਿਉਂਦੇ ਰਹਿਣ ਸਦਾ ਮਾਪੇ
ਜਿੰਨ੍ਹਾਂ ਨੇ ਸਾਨੂੰ ਬਚਪਨ ਦਾ ਅਹਿਸਾਸ ਕਰਵਾਇਆ,
ਕਿਉਂਕਿ ਕਈਆਂ ਦਾ ਤਾਂ
ਬਚਪਨ ਵੀ ਬਚਪਨ ਵਰਗਾ ਨਹੀਂ ਹੁੰਦਾ "

ਮਿੱਟੀ ਦੇ ਵਿੱਚ ਮਿੱਟੀ ਹੋਕੇ
ਓਹ ਖੇਲੇ ਗੁੱਲੀ-ਡੰਡੇ ਨੂੰ
ਕਿਵੇਂ ਮੋੜ ਲਿਆਈਏ ਅੱਜ ਓਹ ਯਾਦਾਂ
ਨਾਲ ਮਸਤੀ ਭਰੀ ਜੀ ਉਮਰੇ ਨੂੰ।

ਨਾ ਕੱਪੜੇ ਲੀੜਾ ਦਾ ਸ਼ੌਕ ਸੀ ਐਸਾ
ਨਾ ਦਿਖਾਵੇ ਦਾ ਸੀ ਕੋਈ ਜ਼ੋਰ
ਬਸ ਇੱਕੋ ਗੱਲ ਹੀ ਯਾਦ ਸੀ ਹੁੰਦੀ
ਲੱਭਣਾ ਰਾਜੇ ਵਜ਼ੀਰ ਨੇ ਚੋਰ।

ਚੱਪਲਾਂ ਵਾਲੀ ਭਰੀ ਗਰੀਬੀ
ਨਾ ਗੁੱਸਾ ਗਿਲਾ ਸੀ ਹੁੰਦਾ ਕੋਈ
ਹੁਣ ਬਿਨ ਵਜ੍ਹਾ ਮੁਸਕਾਨ ਨੀ ਲੱਭਦੀ
ਬਸ ਇੱਕ ਯਾਦ ਬਣ ਗਿਆ ਬਚਪਨ ਓਹੀ।

ਤੇਰਾ ਤੇ ਮੇਰਾ?

ਪਤਾ ਨਹੀਂ ਅੱਜ ਕਿੰਨੇ ਕੁ ਘਰ ਟੁੱਟਦੇ ਇਸ ਪਿੱਛੇ
ਤੇ ਹੁੰਦੇ ਕਿੰਨੇ ਹੀ ਤਲਾਕ?
ਕੀ ਪਿਆਰ ਦੇ ਮਾਇਨੇ ਸਿਰਫ ਦਿਖਾਵੇ 'ਤੇ ਨਿਰਭਰ ਹੋ ਕੇ ਰਹਿ ਗਏ?

"ਪਰ ਪਿਆਰ ਕਦੇ ਵੀ ਪੈਸੇ ਦਾ ਮੁਹਤਾਜ ਨਹੀਂ ਹੁੰਦਾ
ਓਹ ਤਾਂ ਕਿਸੇ ਦੀ ਸੋਚ, ਵਿਚਾਰ, ਦੁੱਖ
ਤੇ ਕਿਸੇ ਦੀ ਮਿਹਨਤ ਨਾਲ ਵੀ ਹੋ ਜਾਂਦਾ"

ਕਿਉਂਕਿ ਪੈਸੇ ਵਿੱਚ ਬੱਝੇ ਰਿਸ਼ਤੇ ਦੀ ਮਿਆਦ ਵੀ ਥੋੜੀ ਹੁੰਦੀ ਹੈ।

ਅੱਜ ਦੀ ਘੜੀ

ਰੁੱਸੀਆਂ ਰੁੱਸੀਆਂ ਵਗਣ ਨੇ ਅੱਜ ਹਵਾਵਾਂ ਵੀ
ਰੁੱਤਾਂ ਨੇ ਵੀ ਆਪਣਾ ਪੱਖ ਹੈ ਮੋੜ ਲਿਆ
ਬੱਦਲਾਂ ਨੇ ਵੀ ਧਰਤੀ ਅੰਬਰੋਂ ਚੀਰ ਦਿੱਤੀ
ਓਹ ਰਸ ਮਿੱਟੀ ਦਾ ਅੱਜ ਹੈ ਕਿੱਧਰੇ ਰੋਕ ਲਿਆ।

ਦੇਖੋ-ਦੇਖੀ ਹਵਾ ਚੱਲੇ ਇੱਥੇ ਨੈਣਾਂ ਦੀ
ਬਸ ਅੱਖੀਆਂ ਦੇ ਵਿੱਚ ਕਿਤੇ ਇਸ਼ਾਰੇ ਹੋ ਗਏ ਨੇ
ਜਿੱਥੇ ਰੁੱਤਾਂ ਪੱਲਟੀ ਮਾਰੀ ਬੈਠੀਆਂ ਆਪਣੀ ਜੀ
ਓਥੇ ਪਿਆਰ ਦੇ ਦੋ ਸ਼ਬਦ ਹੀ ਸਭ ਨੂੰ ਮੋਹ ਗਏ ਨੇ।

ਮਹਿਕ ਉੱਠੇ ਅੱਜ ਵਿਹੜੇ ਸਭ ਦੇ ਇਸ਼ਕਾਂ ਨਾਲ
ਪਰ ਟੁੱਟਿਓਂ ਤੜਕ ਦਿਲ ਮੱਲੂਮ ਨਾ ਕਿੱਧਰੇ ਹੋਵਣ ਜੀ
ਜਿੱਥੇ ਪਿਆਰ ਦੀ ਨ੍ਹੇਰੀ ਵਗਦੀ-ਵਗਦੀ ਰਹਿ ਚੱਲੀ
ਓਥੇ ਆਪਣੇ ਵੀ ਫਿਰ ਅਜਨਬੀਆਂ ਜਿਹੇ ਹੋਵਣ ਜੀ।

ਅੱਖਾਂ ਦੇ ਵਿੱਚ ਨੈਣ ਮਟੱਕੇ ਹੋਏ ਸੀ
ਅੱਜ ਨਜ਼ਰਾਂ ਦੇ ਵਿੱਚ ਗਿਰਕੇ ਓਹ ਹਨ ਤੁਰ ਚੱਲੇ
ਕਾਹਦੀ ਇਸ਼ਕ ਦੀ ਇੱਥੇ ਹਵਾ ਚੱਲੀ ਐ ਭੈੜੀ ਜੀ
ਜੋ ਇਸ਼ਕੋਂ ਇਤਬਾਰ ਨੇ ਸਭ ਦੇ ਅੱਜ ਹਨ ਉੱਠ ਚੱਲੇ।

" ਕਾਹਦੀ ਓਹ ਯਾਰੀ, ਜਿਹੜੀ ਟੁੱਟੇ ਨਜ਼ਰਾਂ ਵਿੱਚੋਂ ਗਿਰਕੇ "

ਪਿਆਰ ਦਾ ਅਹਿਸਾਸ
ਦੋ ਕਹੇ ਲਫ਼ਜ਼ ਨਹੀਂ ਕਰਾ ਸਕਦੇ
ਇਸ਼ਕ ਦੀ ਤਹਿਜ਼ੀਬ
ਦੋ ਲਹੇ ਕੱਪੜੇ ਨਹੀਂ ਬਤਾ ਸਕਦੇ
ਤੇ ਮੁਹੱਬਤ ਦੀ ਗਹਿਰਾਈ
ਦੋ ਕੱਟੀਆਂ ਰਾਤਾਂ ਨਹੀਂ ਦੱਸ ਸਕਦੀਆਂ।

ਇਹ ਪਿਆਰ ਨਹੀਂ, ਹਵਸ ਹੈ . . .

ਹਮਸਫਰ

ਦੂਰ ਖਲੋਤਿਆ ਸੱਜਨਾ ਵੇ
ਆ ਮਿਲ ਗੱਲਵੱਕੜੀ ਪਾਈਏ
ਦੁੱਖ ਦਰਦ ਭੁਲਾ ਅੱਜ ਜ਼ਿੰਦਗੀ ਦੇ
ਆਪਾਂ ਇੱਕ ਹੋ ਜਾਈਏ।

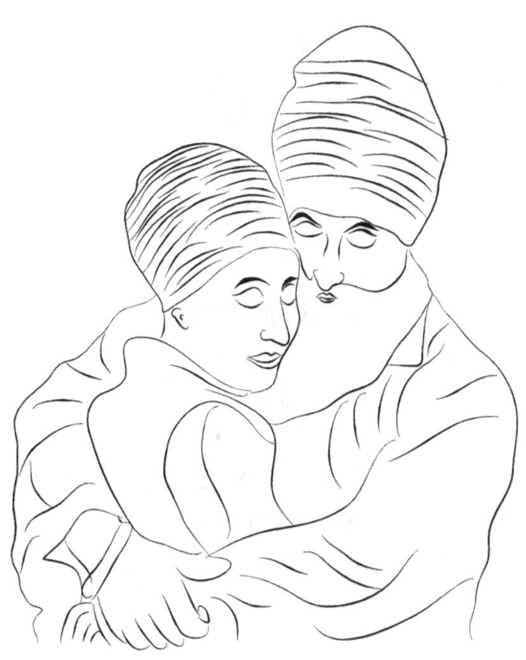

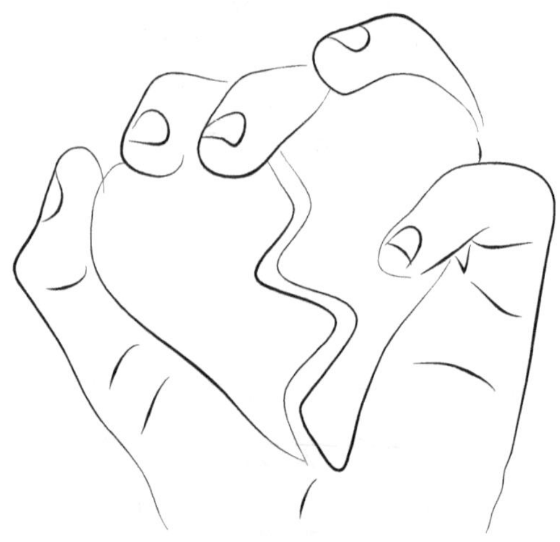

ਅਨੁਰਾਗੀ ਤਰਾਸ

ਉਹ ਮੁਹੱਬਤ ਹੀ ਕੀ
ਜੋ ਦਰਦ ਨਾ ਦੇਵੇ,
ਇਸ਼ਕ ਹੋਇਆ ਹੀ ਕੀ
ਜੋ ਸਜ਼ਾ ਨਾ ਦੇਵੇ।

ਇੱਕ ਤਰਫਾ ਪਿਆਰ

ਜੱਗ ਜਾਹਰ ਕੀਤੀਆਂ ਗੱਲਾਂ
ਕਈ ਵਾਰ ਨਿੱਤ ਰਵਾਉਂਦੀਆਂ ਨੇ
ਇੱਕ ਤਰਫੇ ਪਿਆਰ ਦੀਆਂ ਰਮਜ਼ਾਂ
ਸਮਝੋ ਬਾਹਰ ਹੀ ਹੁੰਦੀਆਂ ਨੇ।

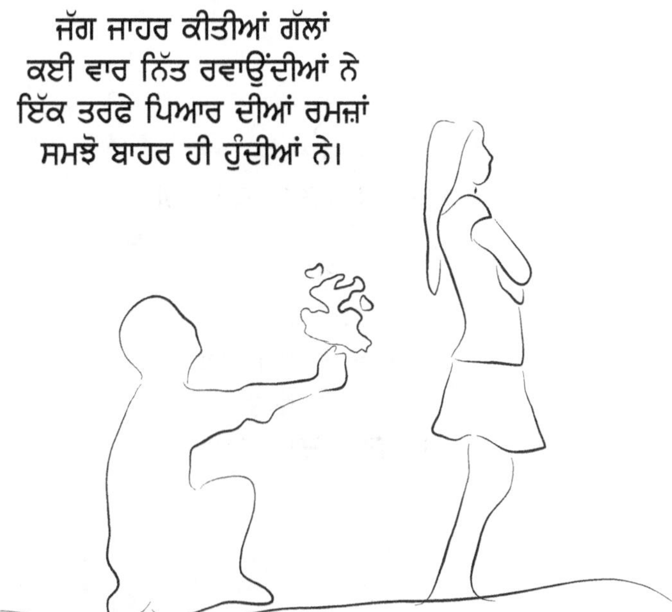

ਦੇਖੀਂ!
ਮੇਰੇ **ਮੁਕਾਮ** ਦੀ ਤੁਲਨਾ
ਕਦੇ ਪੈਸੇ ਨਾਲ ਨਾ ਕਰ ਬੈਠੀਂ

ਕਿਉਂਕਿ
ਜਿਉਂ ਜਿਉਂ
ਤੇਰੀ ਲਾਈ ਕੀਮਤ ਵਧੂ,
ਤਿਉਂ ਤਿਉਂ
ਆਪਣੇ ਵਿਚਲਾ ਫਾਸਲਾ।

ਪਿਆਰ !
ਕਦੇ-ਕਦੇ ਮਜ਼ਾਕ ਲਗਦਾ
ਤੇ ਕਦੇ ਲਗਦਾ ਬੜਾ ਪਾਕ।

ਪਿਆਰ ?
ਇਨਸਾਨ ਜੋ ਇੱਕ ਮਿੱਟੀ ਹੈ,
ਦੂਜੀ ਮਿੱਟੀ ਲਈ ਮਿੱਟੀ ਬਣਨ ਨੂੰ ਤਿਆਰ ਹੈ।
ਕੀ ਇਹ ਹੈ ਪਿਆਰ?

ਮੁਹੱਬਤ

ਜੇ ਮੁਹੱਬਤ ਇੱਕ ਗੀਤ ਹੁੰਦੀ
ਤਾਂ ਗਾਈ ਜਾਣੀ ਸੀ
ਜੇ ਮੁਹੱਬਤ ਇੱਕ ਤਕਦੀਰ ਹੁੰਦੀ
ਤਾਂ ਮਿਟਾਈ ਜਾਣੀ ਸੀ
ਜੇ ਮੁਹੱਬਤ ਇੱਕ ਲਕੀਰ ਹੁੰਦੀ
ਤਾਂ ਵਾਹੀ ਜਾਣੀ ਸੀ
ਜੇ ਮੁਹੱਬਤ ਇੱਕ ਜ਼ਮੀਰ ਹੁੰਦੀ
ਤਾਂ ਮਾਰੀ ਜਾਣੀ ਸੀ
ਜੇ ਮੁਹੱਬਤ ਇੱਕ ਲੀਰ ਹੁੰਦੀ
ਤਾਂ ਪਾੜੀ ਜਾਣੀ ਸੀ
ਜੇ ਮੁਹੱਬਤ ਇੱਕ ਪੱਗ ਹੁੰਦੀ
ਤਾਂ ਲਾਹੀ ਜਾਣੀ ਸੀ
ਜੇ ਮੁਹੱਬਤ ਇੱਕ ਸੁਹਾਗਣ ਹੁੰਦੀ
ਤਾਂ ਅਜ਼ਮਾਈ ਜਾਣੀ ਸੀ
ਜੇ ਮੁਹੱਬਤ ਇੱਕ ਔਰਤ ਹੁੰਦੀ
ਤਾਂ ਰਵਾਈ ਜਾਣੀ ਸੀ
ਜੇ ਮੁਹੱਬਤ ਇੱਕ ਤਰਜ਼ ਹੁੰਦੀ
ਤਾਂ ਵਜਾਈ ਜਾਣੀ ਸੀ
ਜੇ ਮੁਹੱਬਤ ਇੱਕ ਅਦਾ ਹੁੰਦੀ
ਤਾਂ ਦਿਖਾਈ ਜਾਣੀ ਸੀ
ਜੇ ਮੁਹੱਬਤ ਇੱਕ ਇਮਾਰਤ ਹੁੰਦੀ
ਤਾਂ ਢਾਹੀ ਜਾਣੀ ਸੀ
ਜੇ ਮੁਹੱਬਤ ਇੱਕ ਬਜ਼ਾਰ ਹੁੰਦੀ
ਤਾਂ ਗਾਹੀ ਜਾਣੀ ਸੀ
ਓਹ ਤਾਂ ਮੁਹੱਬਤ ਹੀ ਇੱਕ ਅੰਦਰੂਨੀ ਤੜਪ ਸੀ
ਨਹੀਂ ਤਾਂ ਪੈਸੇ ਲਈ ਵਟਾਈ ਜਾਣੀ ਸੀ
ਓਹ ਤਾਂ ਮੁਹੱਬਤ ਹੀ ਇੱਕ ਇੱਜ਼ਤ ਸੀ
ਨਹੀਂ ਤਾਂ ਹੁਣ ਤੱਕ ਲੁਟਾਈ ਜਾਣੀ ਸੀ
ਨਹੀਂ ਤਾਂ ਹੁਣ ਤੱਕ ਲੁਟਾਈ ਜਾਣੀ ਸੀ.....

ਸੱਖਣਾ ਖੁਆਬ

ਰੰਗ ਫਿਕੜਾ ਹੋਇਆ ਖੁਆਬਾਂ ਦਾ
ਨਾਲੇ ਲੀਰਾਂ ਹੋਇਆ ਚਾਅ
ਦੇਖ ਮਨਾ! ਅੱਜ ਤੱਕ ਲੈ ਖ਼ੁਦ ਨੂੰ
ਤੇਰਾ ਇਹੀਓ ਹੋਇਆ ਹਾਲ।
ਅਸਾਂ ਵੀ ਰੰਗ ਖਾਲੀ ਪਾਇਆ
ਜਿਹੜਾ ਲੱਗੇ ਦੂਰੋਂ ਭਾਰ
ਆਸਾਂ ਦੀ ਗੰਢ ਖੁਲਦੀ ਜਾਵੇ
ਗੱਠੜੀ ਹੋ ਗਈ ਤਾਰੋ-ਤਾਰ।
ਮਨਾਂ ਵਿਚਲੇ ਫਰਕ ਨਾ ਮਿਟਣੇ
ਹੁੰਦੇ ਜਾਈਏ ਦੂਰੋਂ-ਦੂਰ
ਉਡੀਕਾਂ ਵੀ ਹੁਣ ਓਹਦੀਆਂ ਪਾਵਣ
ਜੀਹਦੇ ਚਿਹਰੇ ਦਿਸੇ ਅੱਜ ਨੂਰ।

ਹੀਰ

ਅੱਜ ਭੁੱਲਗੀ ਰੋਗ ਵੇਚਾਰਿਆਂ ਨੂੰ
ਜਿਹੜੇ ਲਾਏ ਕਿਸੇ ਸੀ ਜ਼ਖਮਾਂ ਨਾਲ
ਕਿਉਂ ਲੱਭਦੀ ਪਈ ਵਣਜਾਰਿਆਂ ਨੂੰ
ਵੰਗਾਂ ਤੋੜੀਆਂ ਸੀ ਕਿਸੇ ਚਾਵਾਂ ਨਾਲ

ਫੇਰ ਦਿਲਾਸਿਆਂ ਦੇ ਦਿਲ ਜਗਾਇਆ
ਕਿਹੜੇ ਫੱਟਾਂ ਦੀਆਂ ਉਡੀਕਾਂ ਨਾਲ
ਦੁਨੀਆਂ ਅੱਜ ਵੀ ਚੰਦਰੀ ਓਹੀ ਐ
ਰੱਖੀਂ ਸੰਭਲ-ਸੰਭਲ ਪੈਰ ਰਾਂਝਿਆਂ ਨਾਲ।

ਜੋ ਤੂੰ ਅੱਜ ਬੋਲਿਆ
ਬਹੁਤ ਵੱਖਰਾ ਸੀ
ਤੇਰੀ ਪਹਿਚਾਣ ਤੋਂ ਵੀ
ਤੇ ਤੇਰੀ ਸੋਚ ਤੋਂ ਵੀ।

ਇੰਝ ਲਗਦਾ ਸੀ
ਜਿੱਦਾਂ ਤੇਰੀ ਜ਼ੁਬਾਨ ਦਾ ਵਜਨ
ਤੇਰੇ ਦਿਲ ਦੇ **ਅਹਿਸਾਸਾਂ** ਤੋਂ
ਕਿਤੇ ਵੱਧ ਹੋਵੇ।

ਫਰਕ ਦੋ ਪਲਾਂ ਦਾ ਮਹਿਰਮਾ
ਵੱਖ ਕਰ ਗਿਆ ਸਾਡੀਆਂ ਬਾਹਾਂ ਨੂੰ
ਤੂੰ ਚੁਣਿਆ ਸੀ ਕੋਈ ਹੋਰ
ਮੈਂ ਤੱਕਿਆ ਤੇਰੇ ਰਾਹਾਂ ਨੂੰ
ਯਾਦ ਨੇ ਉਹ ਅਲਫਾਜ਼
ਜੋ ਨੇੜੇ ਨੇ ਮੇਰੇ ਸਾਹਾਂ ਦੇ
ਅੱਜ ਵਕਤ ਵਿਸਾਰ ਗਿਆ ਤੈਨੂੰ
ਲਾ ਇਲਜ਼ਾਮ ਨੇ ਸਾਰੇ ਮੇਰੇ 'ਤੇ।

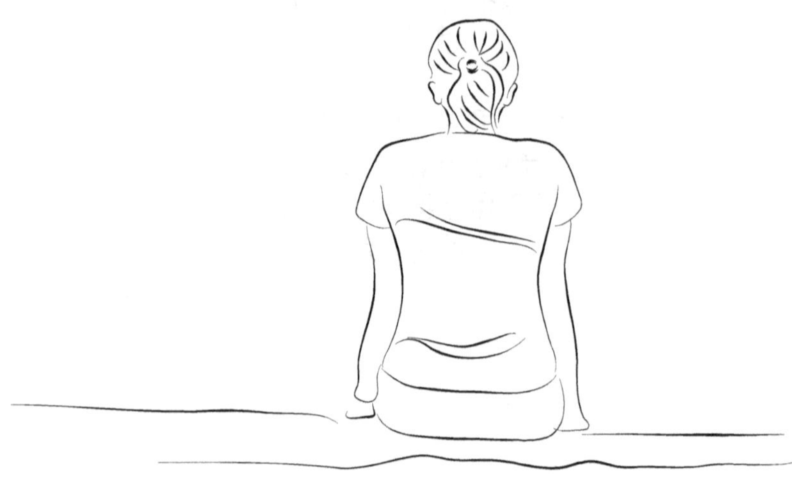

ਜਦ ਵੀ ਗੱਲ ਹੋਈ
ਪੈਸੇ ਦੀ ਹੀ ਹੋਈ
ਲੱਗਿਆ ਹੀ ਨਹੀਂ
ਪੈਸੇ ਤੋਂ ਉੱਪਰ ਵੀ
ਕੁਝ ਸੀ ਤੇਰੇ ਲਈ।

ਪੈਸਾ ਵੀ ਆ ਜਾਉ !

ਪਰ ਉਸ ਦਿਨ ਇਹ ਪਲ
ਜੋ ਗੁਜ਼ਰ ਗਏ
ਪੈਸੇ ਦੀਆਂ ਗੱਲਾਂ ਕਰਦੇ ਹੀ,
ਓਹ ਪੈਸੇ ਨਾਲ ਵੀ
ਵਾਪਿਸ ਨਹੀਂ ਆਉਣੇ।

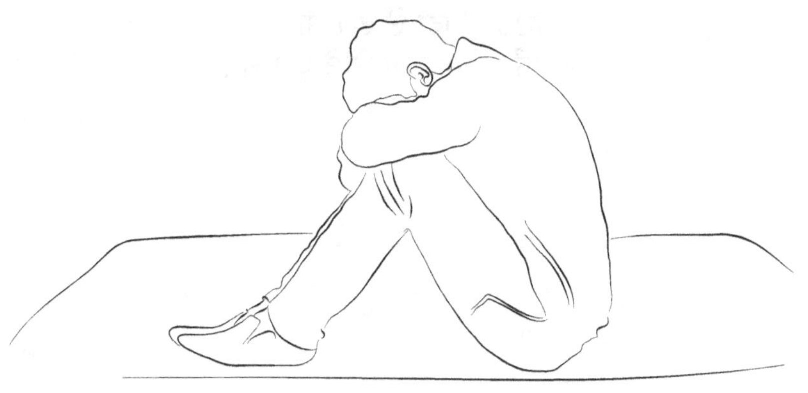

ਦਰਦ

ਇੰਨਾਂ ਹਾਸਿਆਂ ਨੂੰ ਨਾ ਦੇਖ
ਹਾਸਿਆਂ ਪਿੱਛੇ ਬੜਾ ਕੁਝ ਦੱਬਿਆ ਈ ਏ
ਤੇਰੇ ਨਾਲ ਬੈਠ ਚਾਹੇ ਗੱਲਾਂ ਮਾਰੇ
ਖਬਰੇ ਹੋਰ ਕੀਹਦੇ-ਕੀਹਦੇ ਕੋਲ ਹੱਸਿਆ ਈ ਏ
ਦਰਦ ਹੱਡਾਂ ਦੇ
ਦੋ ਬੁੱਲੀਆਂ 'ਚ ਕਿੱਥੇ ਦਿਖ ਜਾਣੇ
ਇਹ ਉਮਰਾਂ ਦੇ ਰੋਗ ਸੱਜਣਾ
ਦੱਸ ਤੈਨੂੰ ਤੱਕਿਆਂ ਹੀ ਕਿੱਥੇ ਖੁੱਲ ਜਾਣੇ।

ਆਖਰੀ ਪਲ਼

ਤੇਰਾ ਮੇਰਾ ਆਖਰੀ ਪਲ਼ ਵੀ ਗੁਜ਼ਰ ਜਾਵੇਗਾ
ਰਿਸ਼ਤਾ ਜੋ ਬਚਿਆ, ਅੱਜ ਓਹ ਵੀ ਮੁੱਕ ਜਾਵੇਗਾ
ਕਰੀਬ ਹੁੰਦੇ ਹੁੰਦੇ ਅੱਜ ਦੂਰ ਹੋ ਜਾਵਾਂਗੇ
ਇਸ ਤੋਂ ਬਾਅਦੋਂ, ਮੁੜ ਕਦੇ ਨਾ ਮਿਲ ਪਾਵਾਂਗੇ
ਤੇਰੇ ਵਾਅਦੇ, ਤੇਰੀਆਂ ਕਸਮਾਂ
ਸਭ ਜਲਕੇ ਰਾਖ ਨੇ ਅੱਜ ਹਨ ਹੋ ਜਾਣੀਆਂ
ਖੁਸ਼ੀਆਂ ਆਵਣ ਤੇਰੇ ਵਿਹੜੇ
ਮੈਂ ਲੜੀਆਂ ਦੁੱਖਾਂ ਦੀਆਂ ਨੇ ਪਰੋ ਲੈਣੀਆਂ।

ਕਮ ਹੋ ਗਈ ਥੀ
ਹਮਾਰੀ ਯੂੰ ਤੋਂ ਸ਼ਿਕਾਇਤੇਂ,
ਤੁਮ ਪਾਸ ਬੈਠੇ
ਜੋ ਇਜ਼ਹਾਰ ਸਾ ਕਰਤੇ ਥੇ,
ਖੁਦਾ ਕਸਮ ਯੂੰ ਰੱਖਤੇ ਥੇ
ਤਸ਼ਰੀਫ ਏਕ ਖੈਰਾਤ ਮੇਂ,
ਦੂਰ ਹੋ ਕਰ ਭੀ
ਬਸ ਅਪਨੇ ਸੇ ਹੀ ਲੱਗਤੇ ਥੇ।

ਕੀ ਹੋਇਆ?
ਜੇ ਮੇਰੇ ਕੋਲ ਰੂਪ ਨਹੀਂ
ਕੀ ਹੋਇਆ?
ਜੇ ਮੇਰੀ ਔਕਾਤ ਛੋਟੀ ਹੈ,

ਪਰ ਮੇਰੇ ਕੋਲ ਉਹ ਦਿਲ ਹੈ
ਜੋ ਤੇਰੇ ਹਰ ਲੱਗੇ ਡੂੰਘੇ ਫੱਟ
ਤੇ ਤੇਰੀ ਹਰ ਛੋਟੀ ਖ਼ੁਸ਼ੀ ਦਾ
ਬਿਨ ਕਹੇ ਅਹਿਸਾਸ ਕਰ ਲੈਂਦਾ।

ਜਿਸਮ ਦੀ ਨੁਮਾਇਸ਼
ਕਾਮ-ਵਾਸ਼ਨਾ ਨੂੰ ਹੀ ਮੋਹ ਸਕਦੀ ਹੈ,
ਨਹੀਂ **ਰੂਹਾਂ ਦੇ ਹਮਦਰਦ**
ਕਿੱਥੇ ਕਿਸੇ ਵੱਲ ਅੱਖ ਚੱਕ ਵੇਖਦੇ ਨੇ...

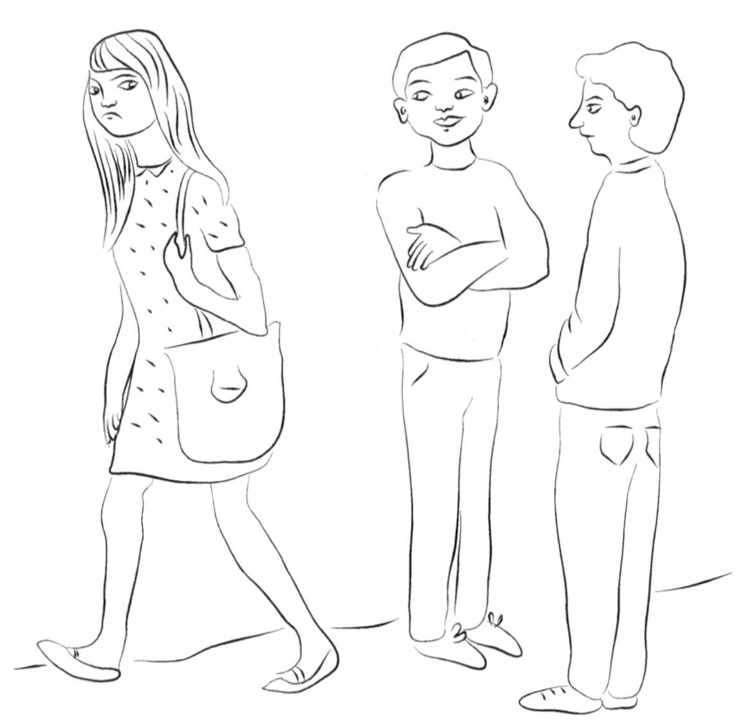

ਮੇਰੇ ਨਾਲੋਂ ਵੱਧ, ਪੈਸਾ ਤੈਨੂੰ ਭਾਉਂਦਾ ਸੀ
ਰੂਹ ਨਾਲੋਂ ਜ਼ਿਆਦਾ, ਮੇਰਾ ਜਿਸਮ ਤੈਨੂੰ ਮੋਹਦਾ ਸੀ
ਬੋਲੀ ਮੇਰੇ ਸਰੀਰ ਦੀ, ਤੇਰੀਆਂ ਅੱਖਾਂ ਵਿੱਚ ਹੀ ਦਿਖਦੀ ਸੀ
ਲਲਸਾ ਮੈਨੂੰ ਪਾਉਣ ਦੀ, ਤੇਰੇ ਛੂੰਹਣ 'ਤੇ ਹੀ ਦਿਸਦੀ ਸੀ...

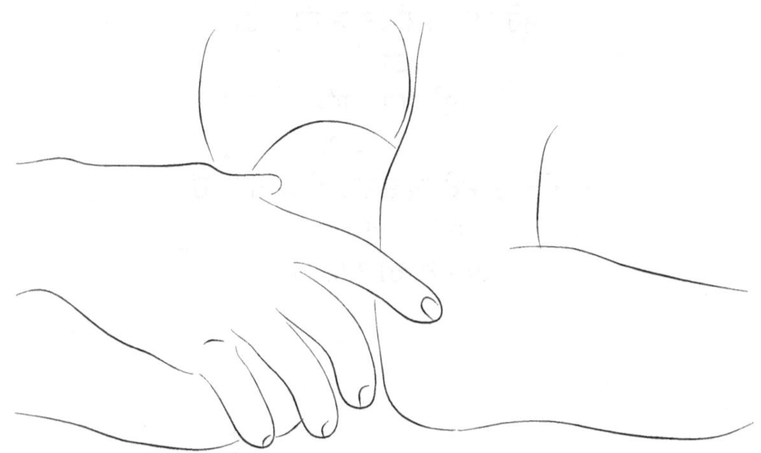

ਤੇਰੀ
ਮੇਰੇ ਪ੍ਰਤੀ ਨਫ਼ਰਤ ਜਾਇਜ਼ ਹੈ।
ਤੇਰਾ
ਮੇਰੇ ਪ੍ਰਤੀ ਗੁੱਸਾ ਜਾਇਜ਼ ਹੈ।
ਪਰ ਇਹ ਕਹਾਣੀ!
ਜੋ ਤੇਰੇ ਤੇ ਮੇਰੇ ਵਿਚਕਾਰ ਇੱਕ ਰਾਜ਼ ਹੈ,
ਅੱਜ ਬਣਾ ਚੱਲੀ
ਦੋਹਾਂ ਨੂੰ ਹੀ ਲਾਸ਼ ਹੈ।

ਖਬਰ ਉਸਕੀ ਏਕ ਮੁਸਕਾਨ ਲਾ ਦੇਤੀ ਥੀ
ਪਲਕੋਂ ਹੀ ਪਲਕੋਂ ਮੇਂ
ਮੁਝੇ ਕੈਦ ਕਰ ਲੇਤੀ ਥੀ
ਕਿਆ ਅਦਾ
ਔਰ ਕਿਆ ਵੋਹ ਖਿਦਮਤ ਥੀ
ਬਿਨਾ **ਸਵਾਸ** ਕੀਏ
ਮੁਝੇ ਅਪਨਾ ਬਨਾ ਲੇਤੀ ਥੀ।

ਰੋਣਾ ਤਾਂ ਸੀ ਅੱਜ

ਇਸ ਲਈ ਨਹੀਂ
ਕਿ ਉਹ ਵਿਆਹੀ ਚੱਲੀ ਸੀ
ਬਲਕਿ ਇਸ ਲਈ
ਕਿਉਂਕਿ ਅੱਜ ਉਹ ਆਪਣਾ ਆਪ ਕਤਲ ਕਰ ਚੱਲੀ ਸੀ
ਇਸ ਲਈ ਨਹੀਂ
ਕਿ ਅੱਜ ਉਹ ਤੇਰੇ ਲੜ ਲੱਗ ਗਈ ਸੀ
ਬਲਕਿ ਇਸ ਲਈ
ਕਿ ਅੱਜ ਉਹ ਆਪਣਾ ਆਪ ਬੇਚ ਚੱਲੀ ਸੀ
ਇਸ ਲਈ ਨਹੀਂ
ਕਿ ਉਹ ਤੇਰੀ ਹਮਸਫਰ ਬਣਨ ਲੱਗੀ ਸੀ
ਬਲਕਿ ਇਸ ਲਈ
ਕਿ ਅੱਜ ਤੋਂ ਉਸਦੇ ਲਈ ਸਫਰ ਹੀ ਸਫਰ ਸੀ
ਰੋਣਾ ਤਾਂ ਉਸਨੇ ਬਹੁਤ ਸੀ
ਤੇ ਰੋਣਾ ਆਇਆ ਵੀ ਬਹੁਤ ਸੀ
ਬਸ ਰੋਈ ਨਹੀਂ!
ਇਸ ਲਈ ਨਹੀਂ ਕਿ ਲੋਕ ਕੀ ਕਹਿਣਗੇ
ਬਲਕਿ ਇਸ ਲਈ
ਕਿ ਕਿਤੇ ਉਸਦੇ ਦੁੱਖਾਂ ਦਾ ਪ੍ਰਗਟਾਵਾ ਨਾ ਹੋ ਜਾਵੇ
ਇਸ ਲਈ ਨਹੀਂ
ਕਿ ਤੂੰ ਨਾ ਦੁਖੀ ਹੋਵੇ
ਬਲਕਿ ਇਸ ਲਈ
ਕਿ ਉਹ ਖੁਦ ਕਮਜ਼ੋਰ ਨਾ ਦਿਖੇ।

ਇਸ ਲਈ ਨਹੀਂ
ਕਿ ਦਿਖਾਵਾ ਕਾਇਮ ਰੱਖੇ
ਬਲਕਿ ਇਸ ਲਈ
ਕਿ ਅਸਲੀਅਤ ਸਾਹਮਣੇ ਨਾ ਆ ਜਾਵੇ
ਇਸ ਲਈ ਨਹੀਂ
ਕਿ ਤੇਰਾ ਗਰੂਰ ਬਣਿਆ ਰਹੇ
ਬਲਕਿ ਇਸ ਲਈ
ਕਿ ਕਿਤੇ ਉਸਦੇ ਹੰਝੂਆਂ ਦਾ ਪ੍ਰਦਰਸ਼ਨ
ਇਹ ਝੂਠੇ ਸਮਾਜ ਮੂਹਰੇ ਨਾ ਹੋ ਜਾਵੇ।
ਇਸ ਲਈ ਨਹੀਂ
ਕਿ ਉਹ ਖ਼ੁਸ਼ ਦਿਖੇ
ਬਲਕਿ ਇਸ ਲਈ
ਕਿ ਜੇ ਉਸਦਾ ਕਤਲ ਹੋਇਆ ਹੀ ਸੀ
ਤਾਂ ਉਹ ਲਾਸ਼ ਲੱਗੇ
ਇਸ ਲਈ ਨਹੀਂ
ਕਿ ਉਹ ਆਪਣਾ ਆਪ ਛੱਡ ਚੱਲੀ ਸੀ
ਬਲਕਿ ਇਸ ਲਈ
ਕਿ ਉਹ ਆਪਣਾ ਆਪ
ਤੈਨੂੰ ਦੇਣਾ ਹੀ ਨਹੀਂ ਚਾਹੁੰਦੀ ਸੀ।
ਰੋਣਾ ਤਾਂ ਉਸਨੇ ਬਹੁਤ ਸੀ

....
ਬਸ ਘੁੱਟ ਭਰ ਬੈਠੀ
ਕਿਉਂਕਿ ਅੱਜ ਉਹ ਜ਼ਿੰਦਾ ਹੋਕੇ ਵੀ ਲਾਸ਼ ਸੀ
....
ਨਹੀਂ ਰੋਣਾ ਤਾਂ ਬਹੁਤ ਸੀ
ਨਹੀਂ ਰੋਣਾ ਤਾਂ ਬਹੁਤ ਸੀ...

ਲਮਹੋਂ ਕਮ
ਵਕਤ ਬਹੁਤ ਜ਼ਿਆਦਾ ਥਾ
ਪਿਆਰ ਥੋੜਾ
ਸ਼ਿਕਾਇਤੇ ਬਹੁਤ ਜ਼ਿਆਦਾ ਥੀ
ਅਪਨਾਨੇ ਕੀ ਸ਼ਿੱਦਤ ਕਮ
ਬਦਲਨੇ ਕੀ ਜ਼ਿਆਦਾ ਥੀ
ਕੈਸੀ ਯੇ ਮੁਹੱਬਤ
ਦਿਖਾਨੇ ਮੇਂ ਕੁਝ
ਹਕੀਕਤ ਮੇਂ ਔਰ ਥੀ।

ਪਿਆਰ ਦਾ ਆਗਾਜ਼

ਅੱਖਾਂ ਦਾ ਰੋਸਾ
ਠੰਢਾ ਪੈਂਦਾ ਜਾਂਦਾ ਸੀ
ਦਿਨ-ਬ-ਦਿਨ,
ਪਰ ਫਿਰ ਵੀ
ਅਹਿਸਾਸ ਨਹੀਂ ਹੋਣ ਦਿੱਤਾ।
ਜ਼ੁਬਾਨ ਦੇ ਕੌੜੇ ਬੋਲ
ਗੰਨੇ ਦੇ ਰਸ ਜੇਹੇ ਹੋ ਗਏ
ਪਰ ਫਿਰ ਵੀ
ਅਹਿਸਾਸ ਨਹੀਂ ਹੋਣ ਦਿੱਤਾ।
ਦਿਨ ਦੇ ਨਿਤਨੇਮ 'ਚ
ਬਦਲਾਵ ਆਉਣ ਲੱਗਾ ਸੀ
ਪਰ ਫਿਰ ਵੀ
ਅਹਿਸਾਸ ਨਹੀਂ ਹੋਣ ਦਿੱਤਾ।
ਭੱਜ-ਨੱਠ ਵਾਲੇ ਤੋਰੇ 'ਚ
ਨਿਮਰਤਾ ਦੀਆਂ
ਬੇੜੀਆਂ ਪਾ ਲਈਆਂ ਸਨ
ਪਰ ਫਿਰ ਵੀ
ਅਹਿਸਾਸ ਨਹੀਂ ਹੋਣ ਦਿੱਤਾ।
ਕੁਝ ਵੀ ਬੋਲਣ ਵਾਲੀ ਜ਼ੁਬਾਨ
ਅੱਜ ਚੁੱਪ ਹੁੰਦੀ ਜਾਂਦੀ ਸੀ
ਪਰ ਫਿਰ ਵੀ
ਅਹਿਸਾਸ ਨਹੀਂ ਹੋਣ ਦਿੱਤਾ।
ਪਿਆਰ ਤਾਂ ਸੀ
ਪਰ ਉਸਦਾ
ਆਗਾਜ਼ ਹੀ ਨਹੀਂ ਹੋਣ ਦਿੱਤਾ।

ਜੀ ਕਰਦਾ ਤੇਰੇ ਵਾਂਗ ਬਣ ਜਾਵਾਂ

ਤੇਰੇ ਵਾਂਗੂੰ ਉਪਰਾ ਹਾਸਾ
ਮੁਖ 'ਤੇ ਸਦਾ ਹੀ ਰੱਖਾਂ
ਤੇਰੇ ਵਾਂਗੂੰ ਕਰਾਂ ਮੀਸਣਾਪਨ
ਤੇ ਬਾਹਰ ਕਿਸੇ ਨਾ ਦੱਸਾਂ
ਤੇਰੇ ਵਾਂਗੂੰ ਖ਼ੁਸ਼ੀਆਂ ਮਾਣਾਂ
ਬਿਨ ਸੁਵਾਸ ਕੋਈ ਦੁੱਖਾਂ
ਤੇਰੇ ਵਾਂਗੂੰ ਰਹਾਂ ਸਦਾ ਤਿਆਰ
ਜਿਵੇਂ ਘੋੜੇ ਨਾਲ ਨੇ ਰੱਥਾਂ

ਰੋ ਰੋ ਕੇ ਮੈਂ ਨੈਣ ਗਵਾਏ
ਅੱਜ ਕਾਬਿਲ ਹੋ ਗਈ ਕੱਖਾਂ
ਮਿਣ-ਮਿਣ ਹਾਸਾ ਬੁੱਲੀਆਂ ਪਾਵਣ
ਉਪਰਾਪਨ ਦਿਸੇ ਵਿੱਚ ਅੱਖਾਂ
ਚੰਗਾ ਤਾਂ ਮੈਂ ਬਹੁਤ ਬਣ ਲਿਆ
ਵੰਡ ਵੰਡ ਸਭ ਨੂੰ ਮੱਤਾਂ
ਠੱਗੀਆਂ ਠੋਰੀਆਂ ਮੈਨੂੰ ਲਾ ਗਏ
ਪਾ ਨਾਵੇਂ ਦੀਆਂ ਨੱਥਾਂ

ਹੱਥ ਛੁਡਾਇਆ ਸਭ ਨੇ ਆਪਣਾ
ਮਤਲਬ ਕੱਢ ਕੇ ਲੱਖਾਂ
ਮੱਥਿਓਂ ਵੱਟ ਨਾ ਕੱਢੇ ਕੋਈ
ਜ਼ਹਿਰ ਜਾਪੇ ਆਪਣੇ ਹੀ ਹੱਥਾਂ
ਕਿਵੇਂ ਖੁਸ਼ ਕਰਦਿਆਂ ਆਪਣੇ ਓਹੀ
ਜੀਹਦਾ ਭਾਰ ਮਸੀ ਮੈਂ ਲੱਥਾਂ
ਦੇਖਾਂ ਬਣਕੇ ਮੈਂ ਵੀ ਬੁਰਾ ਜਿਹਾ
ਖਬਰੇ ਤੇਰੇ ਵਾਂਗੂੰ ਫੇਰ ਹੱਸਾਂ।

ਚਲਾਕੀ ਤੇਰੀ ਰੂਹ ਦੀ

ਤੇਰੀ ਖੁਬਸੂਰਤੀ
ਤੇਰੀ ਮੁਸਕਾਨ
ਮੇਰੀ ਹੋਣ ਲੱਗੀ ਹੈ

ਤੇਰੀ ਦਿੱਖ
ਤੇਰਾ ਚਿਹਰਾ
ਮੇਰੇ ਦਿਲੀਂ ਵਸਣ ਲੱਗਾ ਹੈ

ਤੇਰੀ ਅਵਾਜ਼
ਤੇਰੇ ਬੋਲ
ਮੇਰੇ ਕੰਨੀਂ ਬੈਠਣ ਲੱਗੇ ਹਨ

ਤੇਰਾ ਹੱਸਣਾ
ਤੇਰਾ ਰੋਣਾ
ਮੈਨੂੰ ਫਰਕ ਪਾਉਣ ਲੱਗੇ ਹਨ

ਤੇਰੀ ਮਾਸੂਮੀਅਤ
ਤੇਰੀ ਸਾਦਗੀ
ਮੈਨੂੰ ਆਪਣਾ ਬਣਾਉਣ ਲੱਗੇ ਹਨ

ਤੇਰਾ ਤੱਕਣਾ
ਤੇਰਾ ਰੁੱਸਣਾ
ਮੈਨੂੰ ਖਤਮ ਕਰਨ ਲੱਗੇ ਹਨ

ਤੇਰੀ ਚੁਸਤੀ
ਤੇਰਾ ਧੋਖਾ
ਮੈਨੂੰ ਰਵਾਉਣ ਲੱਗੇ ਹਨ

ਤੇਰੀ ਸ਼ਰਾਰਤ
ਤੇਰਾ ਬਦਲਾਵ
ਮੈਨੂੰ ਮਿਟਾਉਣ ਲੱਗੇ ਹਨ

ਚਮਕ ਤੇਰੇ ਚਿਹਰੇ ਦੀ
ਮੈਨੂੰ ਆਪਣਾ ਬਣਾਉਣ ਲੱਗੀ ਹੈ
ਪਰ ਚਾਲਾਕੀ ਤੇਰੀ ਰੂਹ ਦੀ
ਮੈਨੂੰ ਸਵਾਹ ਕਰਨ ਲੱਗੀ ਹੈ।

ਜੀ ਕਰਦਾ

ਜੀ ਕਰਦਾ
ਅੱਧਿਓਂ ਵੱਧ ਜੀਵਨ
ਚੁੱਪ 'ਚ ਗੁਜ਼ਾਰ ਦੇਵਾਂ
ਕੁਝ ਬੋਲਣ ਨੂੰ ਨਾ ਹੋਵੇ
ਕੋਈ ਬੁਲਾਉਣ ਨੂੰ ਨਾ ਹੋਵੇ
ਨਾ ਕੋਈ ਦੁੱਖ
ਤੇ ਨਾ ਕੋਈ ਸੁੱਖ ਹੋਵੇ
ਨਾ ਕੋਈ ਸ਼ਿਕਾਇਤ
ਤੇ ਨਾ ਹੀ ਕੁਝ ਮਹਿਸੂਸ ਹੋਵੇ
ਚਲੇ ਜਾਵਾਂ
ਇਸ ਦੁਨੀਆਂ 'ਤੋਂ
ਤੇ ਅੱਜ ਦੀ ਰਾਤ ਵੀ
ਸੰਨਾਟੇ 'ਚ ਬਤੀਤ ਹੋਵੇ।

ਕੋਈ ਜ਼ੋਰ ਨਹੀਂ

ਬੈਠ ਸੁਵੱਖਤੇ ਗਿਲੜਾਂ ਤੱਕਾਂ
ਗਿਲੜਾਂ ਕਾਹਨੂੰ ਗੁਲੜਾਂ ਤੱਕਾਂ
ਰੱਬੀ ਕੁਦਰਤ ਆਣ ਸਵੱਲੀ
ਬਿਨ ਮਾਇਆ ਹੀ ਮੇਰੀ ਹੋ ਚੱਲੀ
ਮੰਜ਼ਿਲਾਂ ਦੇ ਮੈਂ ਪੈਰ ਸੀ ਘੁੱਟਾਂ
ਅੱਖਾਂ ਤੱਕਣ, ਪੈਂਡਾਂ ਦੱਬਾਂ
ਚੀਸ ਕਲੇਜੇ ਅੰਦਰੋਂ-ਅੰਦਰੀਂ
ਨਾ ਚੱਬਾਂ, ਨਾ ਬਾਹਰ ਦੱਸਾਂ
ਅੱਖਰ ਬਣ ਬੈਠੇ ਨੇ ਆਪਣੇ
ਇਤਬਾਰ ਖੋ ਗਿਆ ਆਪਣੇ ਪੱਬਾਂ
ਉਲਝਣ ਬਾਣ ਦੇ ਲੱਛੇ ਵਰਗੀ
ਉਧੜੇ ਜਿੰਨੀ ਕੱਠੀ ਕਰ ਰੱਖਾਂ
ਜੋ ਕੱਲ੍ਹ ਸੀ ਮੇਰੇ
ਉਹ ਅੱਜ ਨੀ ਆਪਣੇ
ਜੋ ਅੱਜ ਨੇ ਮੇਰੇ
ਖਬਰੇ ਕੀਹਦੇ ਹੋ ਜਾਣੇ
ਝੁੱਲ ਪੈ ਗਿਆ ਓਨ੍ਹਾਂ ਦਿਨਾਂ 'ਤੇ
ਜੋ ਨਾ ਕਿਸੇ ਤੱਕੇ, ਨਾ ਹੀ ਜਾਣੇ
ਦੱਬਿਆ ਵਿੱਚੇ ਦੱਬਿਆ ਰਹਿ ਗਿਆ
ਨਾ ਪਲ ਰੋ ਹੋਏ, ਤੇ ਨਾ ਸੀ ਮਾਣੇ।

ਔਖਾ ਵੇਲਾ

ਜ਼ਿੰਦਗੀ
ਹਰ ਉਸ ਵੇਲੇ ਦੀ ਗਵਾਹ ਹੈ
ਜਦ-ਜਦ ਤੂੰ ਆਇਆ
ਕੁਝ ਕਹੇ ਬਿਨਾਂ ਰਵਾਇਆ
ਨਾਮ ਤੇਰਾ
ਇੱਕ ਇੱਕ ਸਾਹ 'ਤੇ
ਦਿੱਤੀ ਹੋਈ
ਤਕਲੀਫ ਤੇਰੇ ਨਾਂ 'ਤੇ
ਕਿਵੇਂ ਕੱਢਾਂ ਤੈਨੂੰ
ਜ਼ਿੰਦਗੀ ਦੀ ਉਸ ਲੀਹ 'ਤੋਂ
ਕਿਵੇਂ ਖੋਹਾਂ ਤੇਰੀ ਖੁਸ਼ੀ
ਮਿਲੀ ਹੋਈ ਮੇਰੀ ਤਕਲੀਫ ਤੋਂ
ਨਾ ਭੁੱਲ ਸਕਦੇ
ਜ਼ਿੰਦਗੀ ਦੇ ਓਹ ਪਲ
ਜਦ ਨਾ ਸੀ ਕੋਈ ਸਹਾਰਾ
ਤੇ ਤੂੰ ਵੀ ਨੀ ਸੀ ਮੇਰੇ ਵੱਲ।

ਅੱਖਰ ਪੰਜਾਬੀ ਦੇ

ਅੱਖਰਾਂ ਦਾ ਭੇੜ
ਖੁਆਬਾਂ ਵਿੱਚ ਦਿਖਦਾ
ਅਧੂਰੀ ਪੰਜਾਬੀ
ਤੇ ਅੱਧਾ ਅੰਗਰੇਜ਼ੀ ਵਿੱਚ ਦਿਸਦਾ
ਮਾਤਰਭੂਮੀ ਛੱਡ
ਸੋਚ ਪੱਛਮੀ ਬਣਾਈ ਆ
ਪੰਜਾਬੀ ਭੁੱਲ ਆਪਣੀ
ਨਾਲ ਅੰਗਰੇਜ਼ੀ ਅਪਣਾਈ ਆ
ਸ਼ਬਦਾਂ ਦਾ ਹੇਰ-ਫੇਰ
ਅੱਜ ਦਿਮਾਗਾਂ ਵਿੱਚ ਚੱਲਦਾ
ਪੰਜਾਬੀ ਓਧਰ ਦਾ ਨਾ ਹੋਇਆ
ਨਾ ਰਿਹਾ ਇਸ ਵੱਲ ਦਾ
ਕੁਝ ਲਿਖਤਾਂ ਪੁਰਾਣੀਆਂ
ਦੱਬੀਆਂ ਹੀ ਰਹਿ ਗਈਆਂ
ਕਹਾਣੀਆਂ ਪੰਜਾਬੀ ਭੁੱਲ ਅੱਜ
ਅੰਗਰੇਜ਼ੀ ਦੀਆਂ ਪੈ ਗਈਆਂ
ਮਾਂ ਬੋਲੀ ਦੇ ਓਹ ਅੱਖਰ
ਜੋ ਗਵਾਚੇ ਅੰਗਰੇਜ਼ੀ ਵਿੱਚ
ਨਾ ਜ਼ੁਬਾਨਾਂ 'ਤੇ ਹੀ ਰਹਿ ਗਏ
ਨਾ ਹੀ ਲੱਭਣ ਓਹ ਪੰਜਾਬੀ ਵਿੱਚ।

ਪਿੰਡ

ਸਾਡੇ ਪਿੰਡ ਬੜੇ ਸੁਨੱਖੇ ਨੇ
ਜਿੱਥੇ ਸਭ ਧਰਮ ਇੱਕੋ ਜਿਹੇ ਰੱਖੇ ਨੇ
ਕੀ ਸਿਫਤ ਕਰਾਂ ਮੈਂ ਮੇਰੇ ਪਿੰਡ ਦੀ
ਜੀਹਦੀ ਕਿਸਾਨੀ ਹੈ ਰੱਬ ਤੇ ਅੱਲ੍ਹਾ ਮੇਲ ਦੀ

ਇੱਥੇ ਗਲੀਆਂ ਤੇ ਚੌਰਸਤੇ ਨੇ
ਜਿੱਥੇ ਕਿਸਾਨ ਵਸਦੇ-ਰਸਦੇ ਨੇ
ਪੰਜਾਂ ਪਾਣੀਆਂ ਜਿਹਾ ਨਾ ਦੇਸ਼ ਕੋਈ
ਜੀਹਦੇ ਬਜ਼ੁਰਗਾਂ ਜਿਹਾ ਨਾ ਭੇਸ ਕੋਈ

ਸੁਵੱਖਤਾ ਹੈਗਾ ਨਾ ਕੋਈ ਇੱਥੇ ਵਰਗਾ
ਪਾਠੀ ਚਾਰ ਵਜੇ ਉੱਠ ਹੈ ਪਾਠ ਕਰਦਾ
ਇਕੱਲਾਪਣ ਨਾ ਕਦੇ ਮਹਿਸੂਸ ਹੋਵੇ
ਪੂਰਾ ਪਿੰਡ ਪਰਿਵਾਰ ਵਾਂਗ ਮਸ਼ਰੂਫ ਹੋਵੇ

ਖੁਸ਼ੀ ਗਮੀ ਹੈ ਸਭ ਮਿਲ ਵਟਾਉਂਦੇ
ਮਰਗ ਵਿਆਹ ਹੈ ਸਭ ਮਿਲ ਵੰਡਾਉਂਦੇ
ਕੌਣ ਰੀਸ ਕਰੂ ਸਾਡੇ ਪਿੰਡਾਂ ਦੀ
ਕੱਚੀਆਂ ਪਹੀਆਂ ਤੇ ਖੂਹ ਦੀਆਂ ਟਿੰਡਾਂ ਦੀ

ਜਿੱਥੇ ਕਣਕਾਂ ਵੰਨ ਸੁਵੰਨੀਆਂ ਨੇ
ਨਾਲ ਬੇਰੀਆਂ ਨਿੰਮਾਂ ਲੰਮੀਆਂ ਨੇ
ਮੇਰੇ ਰੰਗਲੇ ਪੰਜਾਬ ਦੀ ਕੀ ਸਿਫਤ ਕਰਾਂ
ਇਹਦੇ ਵਰਗੀ ਨਾ ਹੈ ਹੋਰ ਕੋਈ ਥਾਂ

ਕਦੇ ਪਤਝੜ ਤੇ ਕਦੇ ਬਸੰਤ ਆਵੇ
ਕਦੇ ਸੌਣ ਤੇ ਕਦੇ ਮਾਘ ਆਵੇ
ਕਦੇ ਸਰਦੀ ਦੀ ਰੁੱਤ ਸਤਾਉਂਦੀ ਐ
ਕਦੇ ਜੇਠ-ਹਾੜੁ ਵੀ ਢਾਉਂਦੀ ਐ

ਦੱਸ ਕੀ-ਕੀ ਲਿਖਾਂ ਮੈਂ ਪਿੰਡ ਵਾਰੇ
ਇਹਦੇ ਗੁਣਾਂ ਤੇ ਇਹਦੀ ਸਿਫਤ ਵਾਰੇ
ਨਾ ਰੀਸ ਇਹਦੀ ਕੋਈ ਕਰ ਸਕਦਾ
ਨਾ ਪਰਦੇਸ ਤੇ ਨਾ ਕੋਈ
ਸ਼ਹਿਰ ਇਹਦੇ ਵਰਗਾ।

ਸੁਗੰਧ

ਓਥੇ ਗਿਆਂ ਨੂੰ
ਸਾਲ ਹੀ ਬੀਤ ਗਏ
ਯਾਦ ਬੜੀ ਆਂਵਦੀ ਸੀ
ਘਰ ਦੀ ਵੀ
ਤੇ ਵਸੇ ਮੇਰੇ ਪਿੰਡ ਦੀ ਵੀ
ਲੋਕਾਂ ਦੇ ਦਿਲ
ਭਾਵੇਂ ਪੱਥਰ ਹੋ ਗਏ
ਕੁਝ ਕੁ ਦੇ
ਪੈਸਿਆਂ 'ਚ
ਤੇ ਕੁਝ ਕੁ ਦੇ
ਹਾਲਾਤਾਂ 'ਚ
ਪਰ ਮੇਰਾ ਦਿਲ
ਅੱਜ ਵੀ ਚੰਚਲ ਸੀ
ਮੇਰੀ ਮਿੱਟੀ ਲਈ
ਮੇਰੀ ਧਰਤੀ ਲਈ
ਓਥੋਂ ਦੀ ਹਵਾ ਲਈ
ਵਸਦੇ ਹਰ ਬਜ਼ੁਰਗ ਲਈ
ਜਿਸਦਾ ਰੁਖ
ਜਿਸਦਾ ਭਵਿੱਖ
ਮੇਰੇ ਵਸਦੇ ਲੋਕਾਂ 'ਚ ਦਿਸਦਾ ਸੀ।

ਮਿੱਟੀ ਦੀ ਮਹਿਕ
ਬਿਨ ਸੁੰਘਿਆ ਆਉਣਾ
ਜੇਠ-ਹਾੜ੍ਹ ਦੀ ਗਰਮੀ
ਲਈ ਦਿਲ ਮਚਲਾਉਣਾ
ਇਹ ਹੋਰ ਕੀ ਸੀ
ਇੱਕ ਧੜਕ ਸੀ
ਇੱਕ ਲੋਰ ਸੀ
ਮੇਰੇ ਪੰਜਾਬੇ ਦੀ
ਜਿਸਦਾ **ਅਹਿਸਾਸ**
ਅੱਖਾਂ ਖੁੱਲ੍ਹੀਆਂ 'ਤੇ ਵੀ ਹੋ ਜਾਂਦਾ ਸੀ।

ਮੈਂ ਵੀ ਇੱਕ ਇਨਸਾਨ ਹਾਂ

ਤੋੜ-ਮਰੋੜ ਸੁੱਟ ਚੱਲਾਂ
ਵਾਪਿਸ ਕਿੰਝ ਅੱਜ ਪਰਤਾਂ ਮੈਂ
ਨਾ ਬਚਿਆ ਮੇਰਾ ਇੱਕ ਵੀ ਹਿੱਸਾ
ਨਾਲ ਦਿਲ ਵੀ ਟੋਟੇ ਕਰਤਾ ਐ
ਕਿਵੇਂ ਦਿਲ ਮੇਰੇ ਨੂੰ ਦਊਂ ਦਿਲਾਸੇ
ਕਿਵੇਂ ਸੋਚ ਮੇਰੀ ਮੁੜ ਆਊਗੀ
ਆਜਾ ਰੱਬਾ ਦੱਸ ਮੈਨੂੰ
ਇਹ ਲਾਸ਼ ਕਿੱਦਾਂ ਹੁਣ ਜਾਗੂਗੀ?
ਮੇਰੇ ਦੁੱਖੜੇ, ਮੇਰੇ ਹਾਸੇ
ਓਹ ਕਿੰਝ ਮੁੜ ਅੱਜ ਪਰਤਨਗੇ
ਓਹੀ ਜਜ਼ਬਾਤ ਮੇਰੇ ਫਿਰ ਉੱਚੇ ਉੱਠਣ
ਹੰਝੂ ਨੈਣਾਂ ਰਾਹੀਂ ਟਪਕਣਗੇ
ਮੇਰੇ ਹਾਸਿਆਂ ਦੀਆਂ ਕਿਲਕਾਰੀਆਂ
ਕਿੰਝ ਮੁੜ ਓਹ ਵਿਹੜੇ ਗੁੰਜਣ ਗੀਆਂ
ਮੇਰੀ ਤਕਦੀਰ ਦਾ ਫਿਰ ਕਰ ਫੈਸਲਾ
ਰੱਖ ਲਾਸ਼ ਸਿਵੇ ਵਿੱਚ ਫੁਕਣ ਗੀਆਂ
ਤੇਰੀ ਸੱਟ ਮਾਰੀ ਮੈਂ ਕਿੱਦਾਂ ਭੁੱਲਾਂ
ਨਾ ਭੁੱਲਾਂ ਹੀ ਤੇਰਾ ਨਾਮ ਆ
ਦਸ ਐਸਾ ਮੈਂ ਕੀ ਲਿੱਖ ਛੱਡਾਂ
ਜਿਸ ਤੋਂ ਤੈਨੂੰ ਵੀ ਲੱਗੇ ਮੈਂ ਇਨਸਾਨ ਆ।

ਪੱਗ

ਪੱਗ ਕਿੱਥੇ-ਕਿੱਥੇ ਖੜ੍ਹੀ
ਤੇ ਕਿੱਥੇ-ਕਿੱਥੇ ਚੜ੍ਹੀ

ਕਿੱਥੇ-ਕਿੱਥੇ ਅੜੀ
ਤੇ ਕਿੱਥੇ-ਕਿੱਥੇ ਲੜੀ

ਇਹ ਪਤਾ ਸਾਡੀ ਪੱਗ ਨੂੰ
ਜਾਂ ਸਾਡੇ ਰੱਬ ਨੂੰ।

ਮਾਂ!
ਤੇਰੇ ਹੀ **ਸੰਸਕਾਰ** ਨੇ
ਜੋ ਨਾ ਵਕਤ ਪਏ 'ਤੇ
ਡੋਲਣ ਦਿੰਦੇ
ਤੇ ਨਾ
ਵਕਤ ਆਉਣ 'ਤੇ
ਉਛਲਣ ।

ਵਿਆਹੀ ਸੀ ਕਿ ਛੱਡੀ ਸੀ

ਅੱਜ ਆਏਂਗਾ ਭੱਲਕੇ ਜਾਂ
ਤੇਰੀ ਉਡੀਕ 'ਚ ਕੱਢੀ ਜਵਾਨੀ
ਮੈਨੂੰ ਪਤਾ ਹੀ ਨਾ ਸੀ ਵੇ
ਕੌਣ ਲਿਖਦਾ ਤੇਰੀ ਕਹਾਣੀ
ਅੱਜ ਕੀ ਬਣ ਬੈਠੀ ਆਂ
ਤੇਰੀ ਉਡੀਕ ਨੇ ਪਾਏ ਤਰਲੇ
ਮੈਨੂੰ ਕੱਲਾ ਛੱਡ ਗਿਆ ਵੇ
ਮੈਂ ਆਪਣੇ ਬੇਗਾਨੇ ਕਰਲੇ
ਨਾ ਪਤਾ ਸੀ ਮੈਨੂੰ ਵੇ
ਮੈਂ ਹਾਂ ਰਸਤਾ ਤੂੰ ਹਾਂ ਰਾਹੀ
ਤੇਰੀ ਮੰਜ਼ਿਲ ਮੁੱਕ ਗਈ ਵੇ
ਮੈਂ ਹਾਂ ਰਹਿ ਗਈ ਧਰੀ ਧਰਾਈ
ਕਹਾਣੀ ਹੋਰ ਹੀ ਲਿਖ ਗਿਆ ਵੇ
ਸਹਾਰਾ ਬਣਾਕੇ ਸੀ ਇੱਕ ਮੈਨੂੰ
ਜਾ ਸੁਖੀ ਵਸੇ ਤੂੰ ਵੇ
ਰੱਬ ਮੇਰੀ ਉਮਰ ਵੀ ਲਾ ਦੇ ਤੈਨੂੰ।

ਮਾਂ ਬੋਲੀ

ਉਮਰ ਨਾਲ ਅਹਿਸਾਸ
ਨਾਪ ਨਹੀਓਂ ਹੁੰਦੇ
ਅਕਲ ਨਾਲ ਅਨੁਮਾਨ ਹੀ
ਲਗਾਏ ਜਾਂਦੇ ਨੇ
ਲੱਖ ਹੋਵੋਂ ਪੜ੍ਹੇ ਲਿਖੇ
ਤੇ ਅਮੀਰ ਸ਼ਹਿਜ਼ਾਦੇ
ਪਰ ਮਾਂ ਬੋਲੀ ਤੋਂ ਹੀ
ਰੁਤਬੇ ਪਛਾਣੇ ਜਾਂਦੇ ਨੇ।

ਮਨ ਚਿਤ ਆਇਆ ਲਿਖਾਂ

ਮਨ ਮਨਾਵਣ ਦੀਆਂ ਗੱਲਾਂ ਨੇ
ਕਿਸੇ ਨਾਲ ਸਾਰੀ ਉਮਰ ਰਹਿ ਲਵੋ
ਤਾਂ ਵੀ ਮਨ ਨਹੀਂ ਭਰਦਾ,
ਕਿਸੇ ਨਾਲ ਦੋ ਘੜੀ ਬਹਿਕੇ ਵੀ
ਮਨ ਭਰ ਜਾਂਦਾ।
ਜਜ਼ਬਾਤ ਵੀ ਮਰ ਜਾਂਦੇ ਨੇ
ਬਹੁਤਿਆਂ ਦੇ ਜਿਉਂਦੇ ਜੀਅ,
ਪਰ ਕਈਆਂ ਲਈ ਮਰਨ ਤੋਂ ਬਾਅਦ ਵੀ
ਜਿਉਂਦੇ ਰਹਿੰਦੇ ਨੇ।
ਜ਼ਿੰਦਗੀ ਬੜੀ ਖਿਆਲੀ ਹੈ!
ਕਿਸੇ ਨੂੰ ਸਾਰੀ ਉਮਰ
ਯਾਦ ਕਰਕੇ ਵੀ ਨਿਕਲ ਜਾਂਦੀ,
ਤੇ ਕਈਆਂ ਨੂੰ ਸਾਰੀ ਉਮਰ
ਕਿਸੇ ਦੀ ਯਾਦ ਹੀ ਨਹੀਂ ਆਉਂਦੀ।

ਜ਼ਮਾਨੇ ਦੀ ਤੋਰ

ਬੜੀ ਵੱਖਰੀ ਹੈ
ਹਰ ਬੈਠਾ ਬਜ਼ੁਰਗ ਕਹਿ ਦਿੰਦਾ
ਕਿ ਓਹਨਾਂ ਦੇ ਜ਼ਮਾਨੇ ਇਹ ਨਹੀਂ ਸੀ ਹੁੰਦਾ।

ਕਿਉਂਕਿ ਉਹਨਾਂ ਦੇ ਜ਼ਮਾਨੇ 'ਚ
ਇਹ ਹੁੰਦਾ ਵੀ ਨਹੀਂ ਸੀ
ਜੋ ਅੱਜ ਹੋ ਰਿਹਾ
ਲੱਚਰਤਾ
ਚਾਲਾਕੀ
ਧੋਖਾ
ਲਾਲਚ
ਸ਼ੈਤਾਨੀ
ਦਿਖਾਵਾ
ਜਲੀਲਤਾ
ਤੇ ਸਭ ਤੋਂ ਵੱਡੀ ਸਮੇਂ ਦੀ ਘਾਟ।

ਉਹਨਾਂ ਦੇ ਸਮੇਂ
ਉਹਨਾਂ ਕੋਲ ਸਮਾਂ ਸੀ
ਆਪਣਿਆਂ ਲਈ ਵੀ
ਤੇ ਪਰਾਇਆਂ ਲਈ ਵੀ
ਬਸ ਇੱਕ ਪੜ੍ਹਾਈ-ਲਿਖਾਈ ਘੱਟ ਸੀ
ਨਹੀਂ ਉਹਨਾਂ ਜਿੰਨੀ
ਦਰਯਾਦਿਲੀ
ਭੋਲਾਪਣ
ਬੜੱਪਨ
ਜਜ਼ਬਾਤ
ਅਨੁਸ਼ਾਸਨ
ਜੋ ਅੱਜ ਦੇ ਜ਼ਮਾਨੇ 'ਚ ਬਹੁਤ ਘੱਟ ਹੈ।

ਜੇ ਉਹਨਾਂ 'ਚ ਰੋਸਾ ਸੀ
ਤਾਂ ਪਿਆਰ ਵੀ ਸੀ
ਪਰ ਅੱਜ
ਰੋਸੇ ਦਾ ਖੇਤਰਫਲ
ਇੰਨਾ ਵੱਧ ਗਿਆ
ਕਿ ਜ਼ਮਾਨੇ ਦੀ ਤੋਰ ਹੀ ਬਦਲ ਗਈ।

ਔਰਤ

ਨਾ ਮਾਰੋ ਮੈਨੂੰ ਸਮਾਜ ਦੇ ਵੈਰੀਓ
ਮੈਂ ਅੰਸ਼ ਹਾਂ ਤੁਹਾਡੀ ਹੋਂਦ ਦਾ
ਕਿੱਥੋਂ ਵਧਾਓਗੇ ਆਪਣੀ ਵਿਰਾਸਤ ਅੱਗੇ
ਖ਼ੁਦ ਕਾਰਨ ਬਣੇ ਓ ਮੈਨੂੰ ਮਕਾਉਣ ਦਾ।

ਅੱਜ ਮੇਰੀ ਨਿੰਦਿਆ ਕਰਕੇ ਤੁਸੀਂ
ਕੀ ਜ਼ਿੰਦਗੀ 'ਚ ਅੱਗੇ ਖੱਟੋਗੇ
ਮੇਰੀ ਇੱਜ਼ਤ ਸਭ 'ਚ ਖਿਲਾਰਕੇ ਤੁਸੀਂ
ਖ਼ੁਦ ਲਈ ਇੱਜ਼ਤਦਾਰ ਕਿੱਥੋਂ ਲੱਭੋਗੇ?

ਹਰ ਗਾਲ 'ਚ ਹੈ ਜ਼ਿਕਰ ਮੇਰਾ
ਕਿੱਥੋਂ ਜੀਭ ਦਾ ਸਵਾਦ ਲਾਓਂਗੇ ਤੁਸੀਂ
ਤੁਹਾਡਾ ਕਾਮ ਪੂਰਾ ਤਾਂ ਫਿਰ ਨਹੀਂ ਹੋਣਾ
ਕਿੱਥੋਂ ਅਗਲੀ ਪੀੜੀ ਵਧਾਓਂਗੇ ਤੁਸੀਂ?

ਤੁਹਾਡੇ ਰਿਸ਼ਤਿਆਂ ਦੀ ਹੋਂਦ ਹਾਂ ਮੈਂ
ਤੁਹਾਡਾ ਕੱਲ ਵੀ ਹੱਥੀਂ ਫੜਾਇਆ ਮੇਰੇ
ਨਾ ਕਰੋ ਨਿੰਦਿਆ ਤੁਸੀਂ ਔਰਤ ਦੀ
ਥੋੜਾ ਬੋਲੋ ਵਿਚਾਰ ਨਾਲ ਵਾਰੇ ਮੇਰੇ।

ਨਾ ਮੋਹ-ਮਾਇਆ ਦਾ ਪਿਆਰ ਹੈ ਐਸਾ
ਬਸ ਇੱਜ਼ਤ ਨਾਲ ਵਿਚਾਰੋ ਮੈਨੂੰ
ਇੱਕ ਹੱਕ ਬਰਾਬਰ ਚਾਹੀਦਾ ਹੈ
ਪੂਰੇ ਸਤਿਕਾਰ ਨਾਲ ਪੁਕਾਰੋ ਮੈਨੂੰ।

ਨਾ ਸ਼ੋਸ਼ੇਬਾਜੀ ਖਿਲਾਉਣਾ ਹਾਂ ਮੈਂ
ਪੁਰਜ਼ਿਆਂ ਦੀ ਦੁਕਾਨ ਨਾ ਆਖੋ ਮੈਨੂੰ
ਨਾ ਚਾਹੀਦੀ ਮੈਨੂੰ ਸੁੰਦਰਤਾ ਐਸੀ
ਜੋ ਥੱਲਿਓਂ ਉੱਪਰ ਤੱਕ ਨੁਹਾਰੋ ਮੈਨੂੰ।

ਆਮ ਜ਼ਿੰਦਗੀ ਕੱਟਣੀ ਚਾਹੁੰਦੀ ਹਾਂ ਮੈਂ
ਜਿਸ ਵਿੱਚ ਜਿਸਮ ਦਾ ਪਵੇ ਨਾ ਮੁੱਲ ਐਸਾ
ਮੈਨੂੰ ਬਖਸ਼ ਦਿਓ ਤੁਸੀਂ ਪਾਪੀਓ ਵੇ
ਮੈਨੂੰ ਚਾਹੀਦਾ ਨਹੀਂ ਅਧਿਕਾਰ ਐਸਾ।

ਨਾ ਸਬਰ ਦਾ ਬੰਨ੍ਹ ਹਿਲਾਓ ਮੇਰਾ
ਜਿਹੜਾ ਰੋਹਬ ਮੈਂ ਚਲਾਵਾਂ ਐਸਾ
ਮੈਨੂੰ ਨਿਮਰਤਾ ਵਿੱਚ ਹੈ ਰਹਿਣਾ ਸਭ ਨਾਲ
ਜਿੱਥੇ ਅਧਿਕਾਰ ਹੋਵੇ ਤੇ ਸਤਿਕਾਰ ਐਸਾ।

ਮਾਂ

ਮੇਰੀ ਕਰਮਾਂ ਮਾਰੀਏ ਮਾਏ ਨੀਂ
ਕਦ ਤੱਕ ਸਹੀ ਤੂੰ ਜਾਏਂਗੀ
ਚੱਲ ਉੱਡ ਚੱਲੀਏ ਕਿਸੇ ਅੰਬਰਾਂ ਨੂੰ
ਕਿਤੇ ਦੂਰ ਉਡਾਰੀ ਲਾਈਏ ਨੀਂ
ਨਾ ਦੇਖ ਹੁੰਦਾ ਤੇਰਾ ਦੁੱਖ ਅੜੀਏ
ਤੇਰੇ ਹੰਝੂ ਚੱਲੇ ਮੁੱਕ ਅੜੀਏ
ਕਿਵੇਂ ਦੁੱਖ ਵੰਡਾਵਾਂ ਤੇਰਾ ਨੀਂ
ਬਸ ਤੂੰ ਇੱਕੋ ਸਹਾਰਾ ਮੇਰਾ ਨੀਂ
ਇੰਨੇ ਦੁੱਖਾਂ ਤੋਂ ਵੀ ਹੱਸਦੀ ਏਂ
ਤੇਰੀ ਹਿੰਮਤ ਕਦੇ ਨਾ ਰਸਦੀ ਏ
ਮੈਂ ਜਾਨੋਂ ਵੱਧਕੇ ਚਾਹਾਂ ਤੈਨੂੰ
ਰੱਬ ਤੇਰੇ ਦੁੱਖ ਵੰਡਾਉਣ ਦਾ
ਬੱਲ ਬਖਸ਼ੇ ਮੈਨੂੰ।

ਬਾਪੂ

ਖੌਰੇ ਕੇਸ ਜਹਾਨੋਂ ਬਾਪੂ ਤੇਰੀ
ਇੱਜ਼ਤ ਮੋੜ ਲਿਆਵਾਂ
ਚੜ੍ਹਦੀਕਲਾ ਵਿੱਚ ਤੂੰ ਹੋ ਜਾਵੇਂ
ਓਸੇ ਗੁਣਾਂ ਨੂੰ ਮੈਂ ਅਪਣਾਵਾਂ
ਤਕਦੀਰ ਤੇਰੀ ਦੀਆਂ ਲੀਕਾਂ ਮੈਨੂੰ
ਦਿਸਣ ਸਦਾ ਹੀ ਉੱਚੀਆਂ
ਰੱਬ ਕਰਕੇ ਤੇਰੀ ਪੱਗ ਦੀ ਲਾਜ
ਰੱਖਣ ਪੁੱਤਰ ਤੇ ਤੇਰੀਆਂ ਧੀਆਂ।

ਸਾਂਝਾ ਪੰਜਾਬ

ਇਸ਼ਕ 'ਚ ਮਰਿਆ
ਇੱਕ ਪਾਕ ਕਬੂਤਰ
ਰਹਿ ਗਿਆ ਜੱਗ 'ਤੇ ਜਿੰਦਾ
ਉਸ ਇਸ਼ਕ ਦੇ ਵਿਹੜੇ ਬੈਠਾ
ਅੱਜ ਨਾਮ ਅੱਲ੍ਹਾ ਦਾ ਲੈਂਦਾ।

ਜੱਗ ਆਖੇ! ਉਹਦਾ ਧਰਮ ਹੈ ਕਿਹੜਾ
ਉਹ ਸੋਭਾ ਗੁਰਾਂ ਦੀ ਗਾਉਂਦਾ
ਪਰ ਦੱਸ ਨਾ ਸਕਿਆ, ਉਹ ਸਮਾਜ ਨੂੰ ਹੁਣ ਤੱਕ
ਕਿਸ ਧਰਮ ਵਿੱਚ ਹੈ ਆਉਂਦਾ।

ਇਸ ਵਿਹੜੇ ਬਹਿਜੇ ਜਾਂ ਉਸ ਪਾਰ ਹੀ ਜਾਵੇ
ਉੱਥੇ ਦਾ ਹੋ ਜਾਂਦਾ,
ਲੋਕੀਂ ਆਖਣ! ਉਹਦੀ ਅਕਲ ਹੈ ਮਾੜੀ
ਕਿਉਂ ਕਿਸੇ ਧਰਮ ਨੂੰ ਨਾ ਅਪਣਾਉਂਦਾ
ਕੀ ਜਾਣੇ? ਇਹ ਸਮਾਜ ਹੀ ਉਸਨੂੰ
ਭੇਦ-ਭਾਵ ਨਾ ਉਹ ਕੋਈ ਜਾਣੇ
ਅਨਬੋਲ ਜਿਹਾ ਇੱਕ ਦਿਲ ਹੈ ਉਸਦਾ
ਵਾਹਿਗੁਰੂ ਅੱਲ੍ਹਾ ਹੀ ਸਭ ਜਾਣੇ।

ਧੀ

ਘਰਦਿਆਂ ਨੇ ਕਿਹਾ
ਅਖੇ ਧੀ ਕਿਉਂ ਜੰਮੀ ਐ
ਸਾਨੂੰ ਤਾਂ ਮੁੰਡਾ ਚਾਹੀਦਾ ਸੀ।

ਕਿੰਝ ਪਾਲੇਂਗੀ ਇਸਨੂੰ?
ਸੌ ਸਿਆਪੇ ਹੁੰਦੇ ਨੇ ਧੀ ਦੇ
ਜੰਮਣ ਨਾਲੋਂ ਮਾਰ ਦਿੰਦੀ
ਤਾਂ ਚੰਗਾ ਸੀ।

ਨਾ ਤਾਂ ਪੜ੍ਹਾਉਣੀ ਪੈਂਦੀ
ਤੇ ਨਾ ਹੀ ਵਿਆਹੁਣੀ।
ਦਾਜ ਕੌਣ ਦੇਊ?
ਸਾਰਾ ਟੱਬਰ ਵਿੱਕਜਾਂਗੇ
ਜਿਹੜੇ ਸਾਰੀ ਉਮਰ ਦੇ ਉਲਾਂਭੇ
ਉਹ ਵੱਖਰੇ।

"ਧੀ ਕੋਈ ਪਾਪ ਨਹੀਂ, ਬਖ਼ਸ਼ੀਸ਼ ਹੈ।
ਜੋ ਕੱਲੇ ਕਰਮਾਂ ਵਾਲਿਆਂ ਨੂੰ ਹੀ ਮਿਲਦੀ ਹੈ।
ਅਗਰ ਕੁੜੀਆਂ ਜੰਮਣ ਤੋਂ ਡਰੋਗੇ,
ਤਾਂ ਜੰਵਾਂ ਲੈਕੇ ਕੀਹਦੇ ਜਾਓਗੇ?"

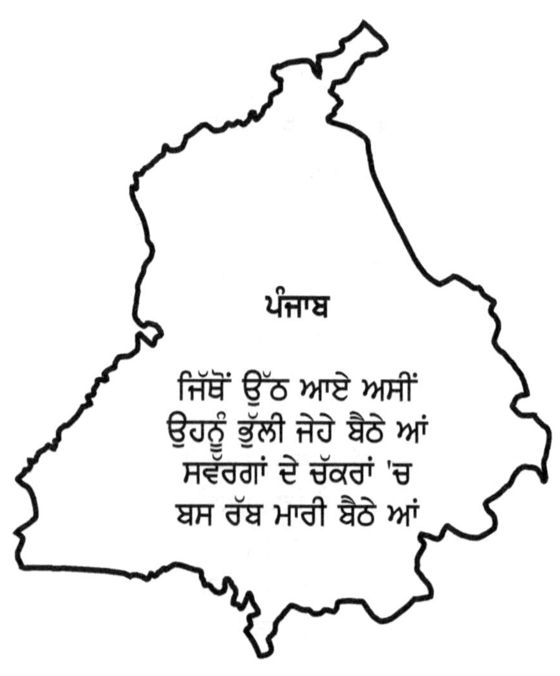

" ਇਨਸਾਨ ਨੂੰ ਆਪਣਾ ਪਿਛੋਕੜ ਨਹੀਂ ਭੁੱਲਣਾ ਚਾਹੀਦਾ "
— ਨਵਜੋਤ ਕੌਰ ਸਿੱਧੂ

ਚੀਜ਼

ਰੱਬਾ! ਆਹ ਬੇਨਤੀ ਤੇ ਇੱਕ ਦਰਖੁਆਸਤ ਕਰਾਂ

ਜੋ ਮਰਜ਼ੀ ਬਣਜਾਂ ਤੇ ਚਾਹੇ ਤੇਰਾ ਜਾਪ ਕਰਾਂ

ਮੌਤ ਸੱਚਾਈ ਮੇਰੀ ਮੈਨੂੰ ਯਾਦ ਕਰਾਈਂ

ਬਣ ਫਰਿਸ਼ਤਾ ਨਾ ਚਾਹੇ ਜੰਮਦੂਤ ਆਈਂ

ਕਰਾਂ ਗਲਤੀ ਤਾਂ ਸੌ ਵਾਰ ਰੋਕੀਂ

ਨਾ ਭੁੱਲਾਂ ਦਰ ਤੇਰਾ ਇੱਕ ਵਾਰ ਵੀ ਮੌਕੀਂ

ਸਿਹਾਈ ਸੱਚ ਦੀ ਭਰ ਮੇਰੀ ਕਲਮ ਚਲਾਈਂ

ਨਾ ਅਣਖ 'ਚ ਬੋਲ ਤੇ ਨਾ ਇੱਕ ਕਦਮ ਧਰਾਈਂ

ਹੰਕਾਰ ਆਉਣ ਨਾ ਦੇਵੀਂ ਤੂੰ ਮੇਰੇ ਦੁਆਰ 'ਤੇ

ਮੇਰਾ ਸਿਰ ਝੁਕਾਈਂ ਸਿਰਫ ਤੇਰੇ ਦਰਬਾਰ 'ਤੇ

ਭੁੱਲ ਜਾਵਾਂ ਮੈਂ ਚਾਹੇ ਤੈਨੂੰ ਕਦੇ

ਪਰ ਇਹ ਨਾਚੀਜ਼ ਨਾ ਬਣ ਸਕਦੀ ਚੀਜ਼ ਕਦੇ।

— ਨਵਜੋਤ ਕੌਰ ਸਿੱਧੂ

ਲਿਖਤ ਹੀ ਮੇਰੀ ਇੱਕ ਐਸੀ ਕਹਾਣੀ ਹੈ
ਜੋ ਸ਼ਾਇਦ ਹਮੇਸ਼ਾ ਲਈ ਅਧੂਰੀ ਰਹਿ ਜਾਵੇ
ਕਿਉਂਕਿ ਇਸਦੇ ਪੰਨੇ ਹਿਸਾਬ ਨਾਲ ਨਹੀਂ
ਵਕਤ ਨਾਲ ਭਰਨਗੇ।

— ਨਵਜੋਤ ਕੌਰ ਸਿੱਧੂ